ഗ്രീൻ ബുക്സ്

ബന്ദൂരിയ

പ്രീതി രഞ്ജിത്ത്

മലപ്പുറം ജില്ലയിലെ വളാഞ്ചേരിയിൽ ജനനം.
ഗണിതാധ്യാപിക.
ദുബായിൽ താമസം.
കഥ, കവിത, യാത്രാവിവരണം,
ലേഖനങ്ങൾ എന്നിവ ആനുകാലികങ്ങളിലും
പുസ്തകങ്ങളിലും പ്രസിദ്ധീകരിക്കപ്പെട്ടിട്ടുണ്ട്.
ആദ്യപുസ്തകം : ദൈവത്തിന്റെ നൂറാമത്തെ പേര്
കലാ സാഹിത്യ സാംസ്കാരിക
പ്രവർത്തനങ്ങളിൽ സജീവം.
Email: preethi.ranjit@gmail.com

കഥ

ബന്ദൂരിയ

പ്രീതി രഞ്ജിത്ത്

ഗ്രീൻ ബുക്സ്

green books private limited
gb building, civil lane road, ayyanthole,
thrissur- 680 003, kerala, ph: +91 487-2381066, 2381039
website: www.greenbooksindia.com
e-mail: info@greenbooksindia.com

malayalam
bandooriya
story
by
preethi ranjit

published september 2022

cover design : wilson s a

printed in india
manipal technologies ltd.

branches:
thrissur 0487-2422515
thiruvananthapuram 0471-2335301
calicut 0495 4854662

isbn : 978-93-93596-98-7

₹ 150.00
GBPL/1252/2022

സമർപ്പണം

കാവലാളായ ദൈവത്തിനും
അക്ഷരങ്ങളെ സ്നേഹിക്കുന്ന
ഓരോരുത്തർക്കും.

ഉള്ളടക്കം

ആമുഖം 09
പ്രീതി രഞ്ജിത്ത്

കഥകൾ

എമിലി ഒഴുകുന്നു പുഴപോലെ 13
അന്റോപ്പ് ഹില്ലിലെ പ്രണയപ്പാമ്പുകൾ 22
പ്രളയത്തിൽപ്പെട്ട പ്രേതം 30
നെരൂദയുടെ കണ്ണുകൾ 34
പ്രതീക്ഷയുടെ വന്മതിൽ 40
ലാറോസയിലെ പ്രണയത്തിന്റെ
പതിനാറാം ദിനം 50
ഖോയാ ചാന്ദ് 59
ഗംഗാധരൻ എന്ന ആട് 66
'അനന്ത'വീക്ഷണം 72
യമുനയിൽനിന്നും ഗംഗയിലേക്കുള്ള ദൂരം 78
ഏതോ നിയോഗം പോലെ, നിയ 84
തൊണ്ടിമുതൽ ഇല്ലാത്ത മോഷണം 92
ഒന്നാം നമ്പർ ജെഴ്സിയിലെ ചുവപ്പ് കറ 97
ആറ്റമ്മ 100

ആമുഖം

എവിടെനിന്നോ വന്നെത്തുന്ന കഥയുടെ ആശയം; ഞാനതുമായി സ്നേഹത്തിലാവാറുണ്ട്. അപ്പോഴെല്ലാം മനസ്സ് ആർദ്രമായി ഭാവനാലോകത്തിൽ സഞ്ചരിക്കുകയും ശ്രേഷ്ഠ ഭാഷാക്ഷരങ്ങൾ വന്നെന്നെ സ്നേഹാർദ്രമായി പുൽകുകയും ചെയ്യാറുണ്ട്.

ആരൊക്കെയോ പറയാൻ ആഗ്രഹിക്കുന്നവയോ, ആർക്കൊക്കെയോ പറയാൻ കഴിയാതെ പോയവയോ ആണോ കഥകളായി രൂപാന്തരപ്പെടുന്നത്? നിനച്ചിരിക്കാതെ, എവിടെനിന്നോ കഥയുടെ ആത്മാവ് വന്ന് മനസ്സിൽ കൂടുകൂട്ടാൻ തുടങ്ങുന്നു. അതേസമയം കഥാപാത്രങ്ങളും ഉപകഥാപാത്രങ്ങളും ഓരോരുത്തരായി അനുവാദം ചോദിക്കാതെ മനസ്സിന്റെ ഉമ്മറത്തേക്ക് കടന്നുവരുന്നു.

എഴുതിക്കൊണ്ടിരിക്കുമ്പോൾ, കഥാപാത്രങ്ങളും ഞാനും തമ്മിൽ ഗാഢമായി ഇണങ്ങി, അവരുടെ ആകാരവും സ്വഭാവവും കഥാപശ്ചാത്തലവും അത്രമേലെനിക്ക് പരിചിതമാകാറുണ്ട്. എഴുതിക്കഴിഞ്ഞ കഥകൾ ഏറെ നാളുകൾ പ്യൂപ്പയെപ്പോലെ ഫയലിലെ ഏടുകളിൽ വിശ്രമിക്കുകയും വീണ്ടും വായിക്കുമ്പോളെല്ലാം അവയ്ക്ക് രൂപമാറ്റം സംഭവിക്കുകയും ചെയ്യുന്നു. ഈ പുസ്തകത്തിലെ കഥാപാത്രങ്ങളായ നെരൂദയ്ക്കും ആറ്റമ്മയ്ക്കും ഗോവർദ്ധനനും എമിലിക്കും ചാന്ദിനുമെല്ലാം എന്റെ മനസ്സിൽ വ്യക്തമായ മുഖവും രൂപവുമുണ്ട്. ഓരോ കഥയും വായിക്കുമ്പോൾ നിങ്ങൾക്ക് ആ കഥാവഴികളിലൂടെ സഞ്ചരിക്കാനാകുന്നെങ്കിൽ, വായിച്ചു കഴിഞ്ഞു കഥാപാത്രങ്ങൾക്ക് നിങ്ങളുടെ മനസിൽ വ്യക്തമായ രൂപം തെളിയുന്നെങ്കിൽ ഞാൻ കൃതാർത്ഥയാണ്.

ഒരു പുസ്തകം എന്ന ആശയം മനസ്സിൽ വന്നപ്പോൾ, കഥകൾ വായിച്ച് അഭിപ്രായങ്ങൾ നിർദ്ദേശിച്ച മുരളി മംഗലത്ത്, വിനോദൻ കുന്നുമ്മൽ, പുസ്തകത്തിന് വേണ്ടി ഫോട്ടോ എടുത്ത ഗൗതം വള്ളത്ത്, പബ്ലിഷിങ്ങിനായി ഗ്രീൻ ബുക്സിനെ നിർദ്ദേശിച്ച വനിതാ വിനോദ്, കവർ പേജ് ഡിസൈൻ ചെയ്ത വിൽസൺ എന്നിവരോടുള്ള നന്ദിയും സ്നേഹവും ഈ അവസരത്തിൽ രേഖപ്പെടുത്തുന്നു. എന്റെ കുടുംബവും പ്രിയപ്പെട്ട സുഹൃത്തുക്കളും വായനയെ സ്നേഹിക്കുന്നവരുമാണ് എഴുത്തിന്റെ പാതയിൽ സഞ്ചരിക്കാൻ പ്രോത്സാഹനമേകുന്നത്. ഓരോരുത്തരോടുമുള്ള ഹൃദയംഗമമായ സ്നേഹം ഈ അവസരത്തിൽ രേഖപ്പെടുത്തുന്നു.

പ്രീതി രഞ്ജിത്ത്

ബന്ദൂരിയയിലെ
പതിനാല് തന്ത്രികൾ പോലെ
വ്യത്യസ്തമായ പതിനാല് കഥകൾ

എമിലി ഒഴുകുന്നു പുഴ പോലെ

കാലഭേദമോ സ്ഥലകാലബോധമോ ഇല്ലാതെ ചാറിപ്പോകുന്ന മഴ ത്തുള്ളികൾ, അനുവാദമില്ലാതെ, പഴകിത്തുടങ്ങിയ ആ ചെറിയ വീടിന്റെ വാതിലിലിലൂടെ അകത്തേക്ക് ഇരച്ചുകയറി.

''ഇന്നത്തെ ദിവസം ഓർമ്മയുണ്ടോ എമിലി?'' സോഫയുടെ കൈവരിയിൽ അമർത്തി, പ്രയാസപ്പെട്ട് എണീറ്റ്, എമിലിയുടെ അരികിലൂടെ നടന്നു വാതിൽ അടച്ചുകൊണ്ട് മാർട്ടിൻ ചോദിച്ചു.

''എന്റെ വീടിന്റെ നീലച്ചായം മങ്ങിത്തുടങ്ങിയിരിക്കുന്നു. ഇടതു വശത്തെ ചുമരിലേക്കു പടർന്നുകയറിയ ഇളംവയലറ്റ് പൂക്കളുള്ള ചെടികൾ വാടിത്തൂങ്ങിയിരിക്കുന്നു.'' എമിലി മുന്നിലെ വെള്ളച്ചുമരു കളിലേക്കു സങ്കടത്തോടെ നോക്കിക്കൊണ്ട് തന്റെ ഗ്രാമത്തിലെ പഴയ വീട് കാണുന്നതുപോലെ പറഞ്ഞു.

''ഓർമ്മകൾ മങ്ങുമ്പോഴും നീ നിന്റെ ഗ്രാമത്തിൽനിന്നും തിരിച്ചുവ ന്നിട്ടില്ല, എമിലി.'' എന്നത്തേയുംപോലെ അസ്വസ്ഥനായി മാർട്ടിൻ മുറിയിൽ ഉലാത്തിക്കൊണ്ട് പിറുപിറുത്തു.

അയാൾ അലമാര തുറന്നു ഒരു പഴയ ആൽബം എടുത്തുതുറന്ന് അവരുടെ ഫോട്ടോ കാണിച്ച് അവളോടു ചോദിച്ചു. ''ഇന്നത്തെ ദിവസം നിനക്ക് ഓർക്കാനാകുന്നുണ്ടോ?''

''ഈ ദിവസത്തിന്റെ തലേന്നാണ് ഞാൻ അവസാനമായി ജിപ്സി മാജിക്കുകാരനെ കണ്ടത്. അവൻ എന്നോടു പറഞ്ഞു, കുട്ടികൾ ഇല്ലാത്ത, അതൃപ്തമായ, എന്നാൽ സമാധാനപൂർണ്ണമായ ജീവിതം നിനക്കു നയിക്കേണ്ടിവരും എന്ന്.'' എമിലി സങ്കടം കലർന്ന പുഞ്ചിരി യോടെ പറഞ്ഞു.

''നിന്റെയും എന്റെയും ജീവിതം പ്രവചനങ്ങളുടെ മാജിക്കിൽ ആക്കിയ അയാളെക്കുറിച്ച് നീ മിണ്ടിപ്പോകരുത്.'' മാർട്ടിൻ തന്റെ പഴകിയ കോട്ട് അഴിച്ച് ദേഷ്യത്തോടെ സോഫയിലേക്ക് എറിഞ്ഞു.

പിന്നെ കോപം അടക്കി, ഓർമ്മകൾ മങ്ങിത്തുടങ്ങിയ ഭാര്യയുടെ അടുത്തിരുന്ന്, വളരെ സാവധാനം, അവളുടെ മെലിഞ്ഞ കൈകൾ എടുത്ത്, തന്റെ തുടയുടെ മുകളിൽ വച്ച് സഹതാപത്തോടെ തഴുകി.

''എമിലീ, ഇന്നാണ് നമ്മൾ ജീവിതം തുടങ്ങിയത്. ഇന്നാണ് നമ്മുടെ വിവാഹവാർഷികം. നീ വിശേഷദിവസങ്ങളിൽ പണ്ട് ഉണ്ടാക്കാറുള്ള സ്‌ടീക് ഫ്രിട്സ് ഉണ്ടാക്കാമോ? അത്രയും രുചി പാരീസിലെ മുന്തിയ പാചകശാലകളിൽ വിളമ്പുന്ന സ്‌ടീക്കിനുപോലും ഉണ്ടാകില്ല.''

അതുകേട്ട് എന്തോ ഓർമ്മ വന്നപോലെ അവൾ പതുക്കെ എഴുന്നേറ്റ് അടുക്കളയിലേക്കു നടന്നു. കുറച്ചു കാലങ്ങളായി സൂപ്പും പകുതി വേവിച്ച പച്ചക്കറികളും ഓട്സും മാത്രം വിളമ്പി ശീലിച്ച പാത്രങ്ങളിലേക്ക് അവൾ സ്‌ടീക്കിന് ആവശ്യമുള്ള സാധനങ്ങൾ ഓരോന്നായി എടുത്തുവച്ച് ഉണ്ടാക്കാൻ തുടങ്ങി. അടുക്കളജനലിലൂടെ വന്ന കാറ്റ് കുഞ്ഞുമഴത്തുള്ളികളോടൊപ്പം അവളെ തഴുകി.

''പുഴയിലെ വെള്ളത്തുള്ളികളുമായി വന്നു കള്ളക്കാറ്റ്.'' അവൾ കൈ ചെരിച്ചു മുഖം തുടച്ചു.

''ഗൗൾട്ടിലെ പുഴയിലെ വെള്ളത്തുള്ളികൾക്കു മാത്രമേ ഇത്രയും നൈർമല്യം ഉള്ളൂ.''

ഗ്രാമത്തിലെ തന്റെ കുഞ്ഞുവീടിനോടു ചേർന്ന് ഒഴുകുന്ന പുഴപോലെ, പഴയ ചിന്തകൾ അവളുടെ മനസ്സിലൂടെ ഒഴുകുകയായിരുന്നു. പഴയ ഓർമ്മകളിലേക്കുമാത്രം ഒതുക്കപ്പെടുന്ന എമിലിയുടെ അവസ്ഥയുമായി ഇനിയും പൊരുത്തപ്പെടാതെ മാർട്ടിൻ ജനാല അടച്ചു.

അവൾ ഒരു നിമിഷം യാഥാർത്ഥ്യത്തിലേക്കു തിരിച്ചുവന്നപോലെ പറഞ്ഞു, ''അമ്മ സ്‌ടീക് ഉണ്ടാക്കുമ്പോൾ ചില പ്രത്യേക രുചിക്കൂട്ടുകൾ ചേർക്കും. അതാണ് ഇതിന്റെ പ്രത്യേകത. എനിക്കു മക്കൾ ഉണ്ടായാൽ ഈ കൂട്ടുകൾ പറഞ്ഞുകൊടുക്കണം എന്ന് അമ്മ പറഞ്ഞിരുന്നു.''

അവൾ വിഷമത്തോടെ തലതാഴ്ത്തി സ്‌ടീക് വിളമ്പിയ പാത്രത്തിനു മുമ്പിൽ ഭർത്താവിന് എതിർവശത്തായി ഇരുന്നു. മാർട്ടിൻ, മെഴുകുതിരി കത്തിച്ചുവച്ച് ചുവന്ന മേശവിരി വിരിച്ച് അവൾക്കായി വാങ്ങിയ അലങ്കാരപ്പിന്നിന്റെ സെറ്റ് അവൾക്കു മുന്നിലേക്കുവച്ച്, സന്തോഷം പ്രതീക്ഷിച്ച് ആ കണ്ണുകളിലേക്കു നോക്കി.

എമിലി ആ പിന്നുകളിലേക്കു നോക്കി പറഞ്ഞു. ''മാർട്ടിൻ, മജിഷ്യൻ ഡ്യൂക്ക് പറഞ്ഞപോലെ ഒരിക്കൽ ഞാൻ ആഴങ്ങളിലേക്ക്

ഒഴുകിപ്പോകുമ്പോൾ എന്റെ വസ്ത്രങ്ങൾ ഈ പിന്നുകൊണ്ട് മനോഹരമായി ഒതുക്കി കുത്തിയിരിക്കണം.''

''നിർത്താമോ ഈ ഭ്രാന്ത്? വർഷങ്ങൾക്കു മുൻപ്, അതും നമ്മുടെ കല്യാണത്തിനു മുൻപ് ഏതോ ഒരു ഭ്രാന്തൻ ജിപ്സി പറഞ്ഞതു കേട്ടു വിശ്വസിച്ച് ആ വാക്കുകളാണ് നിന്റെ ജീവിതം നയിച്ചത്. ശുദ്ധ മണ്ടത്തരം. വിധിയാൽ അതിൽ ഞാനും ഒരു കോമാളി ആയി. നിനക്ക് അയാളോടു പ്രണയമാണെങ്കിൽ അയാളുടെ കൂടെ പോയി ജീവിക്ക്.'' ഫ്രിഡ്ജ് തുറന്ന് എമിലിക്ക് ഒഴിച്ചുകൊടുക്കാനായി എടുത്ത വൈൻബോട്ടിൽ മുഴുവനായും അയാൾ വായിലേക്കു കമിഴ്ത്തി കുടിച്ചുകൊണ്ടിരുന്നു. പിന്നീട് ഈ എഴുപതാം വയസിൽ ഏതാണ്ട് അതേ പ്രായമുള്ള ഭാര്യയോട് അങ്ങനെ പറഞ്ഞതിന്റെ ജാള്യമോർത്ത് എമിലിയുടെ അടുത്തുചെന്ന് ഗ്ലാസ്സിലേക്ക് കുറച്ചു വൈൻ ഒഴിച്ചുകൊടുത്തു. സ്നേഹത്തോടെ അവളുടെ തലയിൽ തലോടി.

''എമിലീ, നീ അയാൾ പറഞ്ഞ വഴി സ്വയം സൃഷ്ടിക്കുകയാണ് ചെയ്തത്.'' ഇതു പറയുമ്പോഴും ആ ജിപ്സി പറഞ്ഞതൊക്കെയാണല്ലോ തങ്ങളുടെ ജീവിതത്തിൽ നടന്നത് എന്നോർത്ത് മാർട്ടിൻ അസ്വസ്ഥനായി.

അപ്പോൾ വാതിൽ തുറന്നു ബഹളമുണ്ടാക്കി, ഉറക്കെ അവരെ ആശംസിച്ചുകൊണ്ട് അയൽവാസികളും സുഹൃത്തുക്കളുമായ കാതറീൻ, മാർഗ്രെട്ട, ബെർണാഡ്, ഡേവിഡ് എന്നിവർ അത്യധികം സന്തോഷത്തോടെ കടന്നുവന്നു. അവർ കൊണ്ടുവന്ന കേക്കും ഷാംപൈൻ ബോട്ടിലും മേശമേൽ വച്ച് ബെർണാഡ് അവർ രണ്ടു പേരുടെയും കൈപിടിച്ചു വട്ടത്തിൽ ഡാൻസ് കളിച്ച് ഉറക്കെ ചിരിച്ചുകൊണ്ട് പറഞ്ഞു. ''നാല്പതാം വിവാഹവാർഷികം ആഘോഷിക്കുന്ന ചെറുപ്പക്കാരായ ദമ്പതികൾക്കു സ്നേഹാശംസകൾ.''

''എഴുപതാം വയസ്സിൽ നീ അതിലും ചെറുപ്പമല്ലേ ബെർണാഡ്? ഈ കാലത്തും നിനക്ക് ഇത്രയും സന്തോഷിക്കാനും സന്തോഷം പകരാനും പറ്റുന്നു എന്നതാണ് നിന്റെ പ്രത്യേകത.'' മാർട്ടിൻ സന്തോഷത്തോടെ ബെർണാഡിനെ കെട്ടിപ്പിടിച്ചുകൊണ്ട് പറഞ്ഞു.

''ഹൃദയം പണിതന്ന് ആയുസ്സിന്റെ പുസ്തകത്താളുകൾ കീറിയിരിക്കുകയല്ലേ സുഹൃത്തേ. മുപ്പതു കൊല്ലം വിവാഹ ഉടമ്പടി കൂടി ഇല്ലാതെ എന്റെ കൂടെ കഴിഞ്ഞ പ്രിയപ്പെട്ട കാതറിന് ഇതുപോലെ ഒരു വിവാഹവാർഷികദിനം കൂടി കൊടുക്കാനില്ല.'' ദുഃഖം മറയ്ക്കാൻ എന്നോണം അയാൾ ഉറക്കെ ചിരിച്ചുകൊണ്ട് പറഞ്ഞു.

കണ്ണുകൾ നിറഞ്ഞ കാതറിൻ പുറകിലൂടെ ചെന്ന് അയാളെ കെട്ടിപ്പിടിച്ചു.

''സങ്കടങ്ങൾ തല്ക്കാലം നമുക്ക് ഒഴിവാക്കാം. വാ, പുറത്ത് യാർഡിൽ ഇരുന്നു സംസാരിക്കാം. എത്ര ദിവസമായി നമ്മളൊന്ന് ഒത്തുകൂടിയിട്ട്.'' ഷാംപൈൻ ഗ്ലാസ്സിലേക്ക് ഒഴിച്ചുകൊടുത്തുകൊണ്ട് ഡേവിഡ് പറഞ്ഞു. പ്രായം അനുവദിക്കുന്നില്ല എങ്കിലും അയാൾ ഗ്ലാസ് കൈയിൽ പിടിച്ചു വർഷങ്ങൾക്കു മുൻപ്, അവരുടെ സൗഹൃദം തുടങ്ങിയ കാലത്ത്, കളിക്കാറുണ്ടായിരുന്ന ബവേറിയൻ ഡാൻസിന്റെ പാട്ട് മൂളി ചുവടുകൾ വച്ചു.

ഫ്രാൻസിന്റെ വടക്കൻപ്രദേശത്തു സ്ഥിതിചെയ്യുന്ന മനോഹരമായ ഫ്രഞ്ച് പട്ടണമായ ഗിവർണിയിൽ, ഫ്രഞ്ച് ഇംപ്രഷനിസ്റ്റ് ചിത്രകാരനായ ക്ലൗഡ് മോനെറ്റ് താമസിച്ചിരുന്ന വസതിയിൽനിന്നും ഏതാണ്ട് ഒരു കിലോമീറ്ററോളം മാറി, പല നിറത്തിലുള്ള പൂക്കൾ നിറഞ്ഞുനില്ക്കുന്ന മോനെറ്റ്സ് ഗാർഡന് എതിർവശത്തായിട്ടാണ് വിശ്രമജീവിതം നയിക്കുന്ന ഈ സുഹൃത്തുക്കളുടെ നരച്ചുതുടങ്ങിയ കുഞ്ഞുവീടുകൾ.

അവർ എമിലിയുടെയും മാർട്ടിന്റെയും വീടിനു മുൻവശത്തെ പുല്ലു നിറഞ്ഞ യാർഡിലെ കുഞ്ഞുമേശയിൽ കേക്കും ഗ്ലാസ്സുകളും സ്ടീക്സും വച്ച് ചുറ്റും കസേരകൾ ഇട്ട് ഇരുന്നു. പണ്ടത്തെ കൂടിച്ചേരലുകളിൽ ഉണ്ടായിരുന്ന പ്രസരിപ്പ് പ്രായം അവരിൽനിന്നും തട്ടിയെടുത്തിരുന്നു. അവർ ഓരോരുത്തരും തങ്ങളുടെ ആരോഗ്യ സ്ഥിതി ഓർത്ത് വ്യാകുലരായിരുന്നു. എങ്കിലും പരസ്പരം സന്തോഷം പകരാൻ ശ്രമിച്ചുകൊണ്ടിരുന്നു. എമിലി ഇടയ്ക്കിടെ വന്നുമറയുന്ന ഓർമ്മയോടെ അവരെ നോക്കി പുഞ്ചിരിച്ചുകൊണ്ടിരുന്നു.

മാർഗ്രെട്ട പ്ലേറ്റിൽ ഒരു കുഞ്ഞു കേക്കുകഷണവുമായി മാർട്ടിന്റെ അടുത്തേക്കു ചെന്നു. മാർട്ടിൻ വീടിനു പിൻഭാഗത്തായി കുഴിച്ചിട്ട വൈൻ ബോട്ടിലുകൾ തുറന്ന് അവ പാകമായോ എന്നു മണത്തു നോക്കുന്നതിൽ വ്യാപൃതനായിരുന്നു.

''എടുക്കാറായില്ല, ഇനിയും രണ്ടാഴ്ചയെങ്കിലും കാത്തിരിക്കണം.'' മാർട്ടിൻ കുപ്പികൾ തിരിച്ചുവച്ചുകൊണ്ട് അവളെ നോക്കി ചിരിച്ചു.

''എമിലിയുടെ അവസ്ഥ കഷ്ടമാണല്ലോ മാർട്ടിൻ. അവൾ ഞങ്ങളെപ്പോലും ഇടയ്ക്കു മറക്കുന്നു. നമ്മൾ ചിലവഴിച്ച ഒഴിവുകാല ദിനങ്ങൾ എല്ലാം അവൾ മറവിക്ക് വിട്ടുകൊടുത്തിരിക്കുന്നു.'' ഒരു കേക്ക് കഷണം മാർട്ടിന്റെ വായിൽ വച്ചുകൊടുത്തുകൊണ്ട് മാർഗ്രെട്ട പറഞ്ഞു.

മാർട്ടിൻ ഒന്നും മിണ്ടാതെ തലതാഴ്ത്തി നടന്നു മൺവെട്ടി മര ക്കഷണങ്ങൾ അടുക്കിവച്ചിരിക്കുന്ന തട്ടിൽ ഭദ്രമായി വച്ചു.

''ഒന്ന് ആലോചിച്ചുനോക്ക് മാർട്ടിൻ, അൽഷിമേഴ്സ് ബാധിച്ച വരുടെ അവസ്ഥ കഷ്ടമാണ്. അവളുടെ ഓർമ്മയിൽനിന്നും നീ മുഴുവനായും നഷ്ടപ്പെടും. എന്നിട്ട് നിനക്ക് കൊച്ചുകുഞ്ഞിനെ എന്നപോലെ അവളെ ശുശ്രൂഷിക്കേണ്ടിവരും.'' തിരിച്ചുനടക്കുന്ന തിനിടെ മാർഗ്രെട്ട പറഞ്ഞുകൊണ്ടിരുന്നു.

''ഓർമ്മ ഉള്ളപ്പോഴും അവൾ അവളുടെ ഗ്രാമത്തിന്റെയും ആ ജിപ്സി മാജിക്കുകാരൻ പറഞ്ഞു വിശ്വസിപ്പിച്ച വഴികളിലൂടെയും മാത്രം സഞ്ചരിച്ചു. വിഡ്ഢിയായ സ്ത്രീ.'' അസ്വസ്ഥനായ മാർട്ടിൻ അവളുടെ കൈയിൽനിന്നും പ്ലേറ്റ് വാങ്ങി വേഗത്തിൽ കേക്ക് സ്പ ൂൺ കൊണ്ട് വാരിക്കഴിച്ചു കൂട്ടുകാരുടെ അടുത്തേക്കു നടന്നു.

എമിലിയുടെ പതിനെട്ടാം വയസ്സിൽ ഗൗൾട്ട് ഗ്രാമത്തിൽ എത്തിയ ജിപ്സി സർക്കസ്സിലെ അംഗം ആയിരുന്ന മാജിക്കുകാരന്റെ കഥ മാർഗ്രെട്ടയും കുറച്ചൊക്കെ കേട്ടിരുന്നു. അയാളുമായി അടുപ്പത്തി ലായ എമിലിയെ അയാൾ അയാളുടെ മാജിക്കിൽ ബന്ധനസ്ഥയാക്കി എന്നാണ് മാർട്ടിൻ വിശ്വസിക്കുന്നത്. എമിലി ഇരുപത്തെട്ടാമത്തെ വയസ്സിൽ അയാളുടെ പ്രവചനംപോലെ പാരീസിൽനിന്നും വന്ന, ഉയരംകൂടി മെലിഞ്ഞ, ഫ്രഞ്ച് താടിയുള്ള മാർട്ടിനെ ഭർത്താവായി സ്വീകരിക്കുകയും പിന്നീട് ഒരിക്കൽപ്പോലും കണ്ടുമുട്ടിയില്ലെങ്കിലും ആ മജിഷ്യൻ പ്രവചിച്ച വഴികളിലൂടെ മാത്രം സഞ്ചരിക്കുകയും ചെയ്തു.

എമിലി തന്നെ എപ്പോഴെങ്കിലും സ്നേഹിച്ചിരുന്നോ എന്നു സംശയമാണെങ്കിലും മാർട്ടിൻ അവളെ അഗാധമായി സ്നേഹിച്ചു. പാരീസിലെ തിരക്കിൽനിന്നും ഗിവർണി പോലെ മനോഹരമായൊരു സ്ഥലത്തേക്കു മാറിയിട്ടും എമിലി അവളുടെ ഗ്രാമത്തിന്റെ ഓർമ്മ കളിൽമാത്രം ജീവിക്കുന്നത് അയാളെ അസ്വസ്ഥനാക്കി. പതുക്കെ പ്പതുക്കെ ഓർമ്മകൾ പഴയ കാലത്തേക്കു മാത്രമായി ചുരുക്കപ്പെട്ടു. അവൾ അൽഷിമേഴ്സ് രോഗത്തിന്റെ പിടിയിലായി.

മാർഗ്രെട്ടയുടെ സംസാരം മാർട്ടിനെ വളരെ അസ്വസ്ഥനാക്കിയി രുന്നു. തന്റെ വിധിയിൽ പരിതപിച്ച് അയാൾ അതിവേഗം വീടിനു മുന്നിലുള്ള യാർഡിലേക്ക് നടന്നു. അയാളുടെ കൂട്ടുകാർ പണ്ട് ആഗ്രഹിച്ചു നടക്കാതെപോയ ഒരു യാത്രയുടെ ചർച്ചയിലായിരുന്നു.

''നമുക്ക് കുറച്ചുദിവസം ഫ്രാൻസിലെതന്നെ ഉൾനാടൻ പ്രദേശ ങ്ങളിൽ പോയി താമസിച്ചാലോ? ദൂരയാത്ര ഇപ്പോൾ നമുക്കെല്ലാം പ്രശ്നങ്ങൾ സൃഷ്ടിക്കും.'' ബെർണാഡ് കൂട്ടുകാരുടെ അഭിപ്രായ ത്തിനായി കാത്തുനിന്നു. മാർട്ടിൻ എമിലിയുടെ മുഖത്തേക്കു നോക്കി.

അവൾ കസേരയിൽ എന്തോ ഓർമ്മയിൽ തലതാഴ്ത്തി വിഷണ്ണ യായി ഇരിക്കുകയായിരുന്നു.

''നമുക്ക് ലുബറോണിൽ പോകാം. അതിനടുത്തുള്ള മനോഹര മായ ഗൗൾട്ട് ഗ്രാമത്തിൽ രണ്ടു ദിവസം തങ്ങി അവിടവും ആസ്വ ദിക്കാം.'' മാർട്ടിൻ എമിലിയെ നോക്കി. അവൾ പരിചിതമായ എന്തോ കേട്ടപോലെ മുഖമുയർത്തി നോക്കി.

''പാരീസിൽ പോയി അവിടെനിന്നും ട്രെയിനിൽ ഗൗൾട്ടിൽ പോകുകയാണെങ്കിൽ പതിനൊന്നു മണിക്കൂർ നാൽപ്പത്തഞ്ചു മിനിറ്റ് യാത്രയുണ്ട്. അമ്പതു മിനിറ്റ് ട്രെയിൻ യാത്ര ഗിവർണിയിൽ നിന്നും പാരീസിലേക്കും.'' ഡേവിഡ് വലിയ താൽപ്പര്യം ഇല്ലാത്ത പോലെ പറഞ്ഞു.

''നമുക്ക് എയർ ഫ്രാൻസ് വിമാനത്തിൽ ടിക്കറ്റ് ബുക്ക് ചെയ്യാം. ഇനിയും മാറ്റിവച്ചാൽ കൂടെ ഒരു യാത്ര നടക്കാതെ പോയാലോ.''

ബെർണാഡ്തന്നെ ആറു പേർക്കുള്ള ടിക്കറ്റ് ബുക്ക് ചെയ്തു.

എമിലി രണ്ടു ജോടി പുതിയ വസ്ത്രങ്ങളും തന്റെ കല്യാണ ത്തിന്റെ പിറ്റേന്നും തലേന്നും ഇട്ട പഴയ രണ്ടു വസ്ത്രങ്ങളും മാത്രം പെട്ടിയിൽ എടുത്തുവച്ചു. ബാക്കി സ്ഥലം മാർട്ടിന്റെ വസ്ത്രങ്ങൾ ക്കായി ഒഴിച്ചിട്ടു.

''എമിലി, അവിടെ തണുപ്പ് കൂടുതലാകും. കുറച്ചുകൂടി കട്ടി യുള്ള വസ്ത്രങ്ങൾ കരുതൂ.'' മാർട്ടിൻ വസ്ത്രങ്ങൾ എടുത്തുവയ്ക്കു മ്പോൾ എമിലിയെ നിർബന്ധിച്ചു.

''എന്റെ ശരീരത്തെ മരവിപ്പിക്കാൻ അവിടുത്തെ തണുപ്പിന് ആവില്ല.'' എമിലി നിമിഷങ്ങൾകൊണ്ട് മിന്നിമറയുന്ന ഓർമ്മകൾക്കിട യിൽ പുഞ്ചിരിച്ചു.

അവിടെ എത്തിയാൽ അവളുടെ ഓർമ്മ തിരിച്ചുവന്നാലോ എന്ന് വെറുതെ ആഗ്രഹിച്ച് മാർട്ടിൻ സ്നേഹത്തോടെ അവളെ നോക്കി പുഞ്ചിരിച്ചു. പക്ഷേ, അടുത്ത നിമിഷത്തിൽ തന്റെ ഗ്രാമത്തിലേക്കു പോകുന്ന കാര്യംതന്നെ മറന്ന എമിലി പൂന്തോട്ടത്തിലേക്ക് ഇറങ്ങി നടന്ന് എന്തോ തിരഞ്ഞു. പിന്നീട് തിരിച്ചുവന്നു മാർട്ടിൻ സമ്മാനിച്ച അലങ്കാരപ്പിന്നുകൾ സൂക്ഷ്മതയോടെ എടുത്തു പെട്ടിയിലെ തന്റെ വസ്ത്രങ്ങളിൽ കുത്തിവച്ചു.

വാർദ്ധക്യത്തിന്റെ പടവുകളിലൂടെ പ്രതീക്ഷയറ്റു മുന്നേറിയിരുന്ന ആ വയോജനസംഘം പിറ്റേന്ന് ഗൗൾട്ട് ഗ്രാമത്തിന്റെ മനോഹാരിത യിലേക്കു കാലെടുത്തുവച്ചു. ഗ്രാമത്തിന് ഒരു വശത്തൂടെ ഒഴുകുന്ന നദിയിൽനിന്നും ഏതാണ്ട് നൂറുവാരമാത്രം മാറിയുള്ള എമിലിയുടെ

പഴയ വീട്ടിൽ അവർ താമസം തുടങ്ങി. യാത്രാക്ഷീണം മറന്ന് അന്നു തന്നെ അവർ ആ ഗ്രാമത്തിലൂടെ നടക്കാനിറങ്ങി. വീടുകൾക്കു ചുറ്റും വഴിയോരത്തും നട്ടുപിടിപ്പിച്ചതും അല്ലാത്തതുമായ അനേകായിരം വർണ്ണങ്ങളിലുള്ള പൂക്കൾ ആ ശൈത്യകാലത്തും നിറംമങ്ങാതെ ഗ്രാമഭംഗി കൂട്ടി.

നിരനിരയായുള്ള ചെറിയ ഭക്ഷണശാലകൾക്കരികിലൂടെ നടന്നു കഫെ ഡി ലാ പോസ്റ്റിന് എതിർവശത്തുള്ള പിസ്സേരിയയ്ക്ക് അടുത്തായുള്ള കഫേയിൽനിന്നും അവർ അൽ ഫ്രെസ്കോ കഴിച്ചു വീണ്ടും മുന്നോട്ടുനടന്നു. ക്ഷീണിച്ചു മങ്ങിയ മുഖത്ത് എമിലിയുടെ കണ്ണുകൾമാത്രം പ്രകാശിച്ചുനിന്നിരുന്നു. അവൾ തന്റെ ഗ്രാമത്തിന്റെ ഭംഗി മുഴുവനായും ആസ്വദിക്കുന്നപോലെ കണ്ണുകൾ വിടർത്തി പുഞ്ചിരിച്ചു പതുക്കെ മാർട്ടിന്റെ കൈപിടിച്ച് നടന്നു.

കാതറിനും ബെർണാഡും നവവധൂവരന്മാരെപ്പോലെ കൈകൾ തോളിലൂടെ ഇട്ടും കെട്ടിപ്പിടിച്ചും ഉമ്മവച്ചും ഗ്രാമഭംഗി ആസ്വദിച്ച് മുൻപിൽ നടന്നു. ഡേവിഡ് ആവട്ടെ, സുഹൃത്തുക്കളുടെ ആഗ്രഹത്തിനു തടസ്സമാകേണ്ട എന്നതുകൊണ്ടുമാത്രം വന്നു എന്ന മനോഭാവത്തോടെ ഷൂസ് ഉരച്ച് കൈകൾ രണ്ടും പോക്കറ്റിൽ തിരുകി അലസമായി നടന്നു. മാർഗ്രെട്ട മാർട്ടിനെക്കുറിച്ച് ആലോചിച്ച് അസ്വസ്ഥയായിരുന്നു. മാർട്ടിനും എമിലിയും കൈപിടിച്ച് നടക്കുന്നത് ഇടയ്ക്കിടെ തിരിഞ്ഞുനോക്കി അവൾ ഡേവിഡിനു പിന്നാലെ നടന്നു.

റോഡിന്റെ വലതുവശം മാറി പരന്നുകിടക്കുന്ന പുൽമേടയ്ക്കരികിലെ ഒരു ബെഞ്ചിൽ അവർ ഇരുന്നു. എമിലി ആ പച്ചപ്പരപ്പിലേക്ക് സാകൂതം നോക്കി. അവിടെയാണ് വർഷങ്ങൾക്കു മുമ്പ് ജിപ്സി സർക്കസ്സുകാർ തമ്പടിച്ചിരുന്നത്. പണ്ട് കണ്ണെത്താദൂരത്തോളം ഒഴിഞ്ഞുകിടന്ന മലയിടുക്കിലെ പുൽപ്പരപ്പിന്റെ വശങ്ങളിലായി ഗ്രാമഭംഗി ഉൾക്കൊള്ളുന്ന കുഞ്ഞുവീടുകൾ വന്നതൊഴിച്ചാൽ വലിയ മാറ്റമൊന്നും ആ ഗ്രാമത്തിൽ എത്തിയിരുന്നില്ല. റോഡിന് എതിർവശത്തായി അന്നാട്ടിൽതന്നെ വിളഞ്ഞ പച്ചക്കറികളും പഴങ്ങളും വില്ക്കുന്ന കുഞ്ഞുകടകൾ ഉണ്ടായിരുന്നു. അതിന്റെ പുറകുവശത്തായുള്ള താഴ്വാരത്തിൽ വയലറ്റ് പൂക്കൾ നിറഞ്ഞുനിന്നിരുന്നു.

അവിടെനിന്നും മാർട്ടിൻ പറഞ്ഞേൽപ്പിച്ച വാഹനത്തിൽ മാന്ത്രിക പുനർനിർമ്മിത ജറുസലേം മില്ലും അതുല്യമായ പൈതൃക മേഖലയായ കൺസർവറ്റോയർ ഡെസ് ടെറാസെസ് ഡി കൾച്ചേഴ്സ് ഡി ഗൗൾട്ടും കണ്ടു രാത്രിയോടെ അവർ വീട്ടിൽ മടങ്ങിയെത്തി.

പിറ്റേന്ന് ഉച്ചയോടെ അവർ ലുബറോൺ, ലൂസിറോൺ എന്നീ സ്ഥലങ്ങൾ സന്ദർശിക്കാനായി അവിടെനിന്നും പോകാൻ തീരുമാനിച്ചു. അതുകേട്ട് എമിലി പതുക്കെ മാർട്ടിനരികിലേക്കു നടന്നു.

''മാർട്ടിൻ, എനിക്കെന്റെ പ്രിയപ്പെട്ട നദിക്കരയിലേക്കു പോകണം.''

''നീ ഒറ്റയ്ക്കു പോകില്ല, ഞാൻ കൂടെ വരാം.'' മാർട്ടിൻ എമിലിയുടെ കൈകൾ പിടിച്ചു പതുക്കെ തടവിക്കൊണ്ട് പറഞ്ഞു.

അതുകേട്ട് സന്തോഷത്തോടെ അവൾ, കല്യാണത്തലേന്ന് അവസാനം മജിഷ്യനെ കണ്ടപ്പോൾ അണിഞ്ഞ റോസ് നിറത്തിലുള്ള ഫ്രഞ്ച് വസ്ത്രം ഇട്ട്, മാർട്ടിൻ അവൾക്കു സമ്മാനിച്ച അലങ്കാരപ്പിന്നുകൾ മനോഹരമായി അതിൽ കുത്തിവച്ച്, ഏതോ സ്വപ്നത്തിലെന്നപോലെ നദിക്കരയിലേക്കു നടന്നു.

നദിക്കരികിലെ ഉയരത്തിലുള്ള പുല്ലുനിറഞ്ഞ മൺത്തിട്ടയിൽ കാലുകൾ താഴേക്ക് തൂക്കിയിട്ടു കൈകൾ പിടിച്ച് അവർ ഇരുന്നു. മാർട്ടിൻ സ്നേഹത്തോടെ എമിലിയുടെ കൈകൾ തഴുകിക്കൊണ്ടിരുന്നു.

''കഴിഞ്ഞ നാല്പതു വർഷങ്ങളിൽ നമ്മുടേതായ എന്തെങ്കിലും ഓർമ്മകൾ നിന്റെ മനസ്സിൽ ബാക്കിയുണ്ടോ എമിലി?'' മാർട്ടിൻ എമിലിയുടെ തുടയിൽ പതുക്കെ കൈകൊണ്ട് അമർത്തിക്കൊണ്ട് സങ്കടത്തോടെ ചോദിച്ചു.

എമിലിയാകട്ടെ, ഏതോ ചിന്തയിൽ മുഴുകി പുഴയിലേക്കു നോക്കി പുഞ്ചിരിച്ചു. പുഴ ശാന്തമായി ഒഴുകിക്കൊണ്ടിരുന്നു. പെട്ടെന്ന് എമിലി താഴേ പുഴയിലേക്കു വീണു. അവൾ വീഴുമ്പോൾ അവൾക്കു കൂട്ടായെന്നപോലെ അരികിലെ കല്ലുകളും വലിയൊരു ശബ്ദത്തോടെ ഇളകി പുഴയിലേക്കു വീണു. അവർക്കരികിലായി നദിയിലേക്കു ചാഞ്ഞുകിടന്നിരുന്ന മരത്തിൽ വിശ്രമിച്ചിരുന്ന ദേശാടനക്കിളികൾ അപായസൂചനാശബ്ദം ഉണ്ടാക്കി പറന്നകന്നു. അതുകേട്ടു കുറച്ചകലെ മീൻപിടിക്കാൻ ഇരുന്നിരുന്ന വൃദ്ധൻ ആശങ്കയോടെ എഴുന്നേറ്റുനോക്കി. എമിലി ഒരു മാലാഖയെപ്പോലെ നദിയിലൂടെ പതുക്കെ മുങ്ങിയും താണും ഒഴുകിയൊഴുകി ദൂരേക്ക് അപ്രത്യക്ഷയായി. മാർട്ടിൻ നിർവികാരനായി കുറെനേരം പുഴയിലേക്കു നോക്കിനിന്നു, പതിയെ തിരിഞ്ഞുനടന്നു.

''നന്ദി മാർട്ടിൻ, എന്നെ എന്റെ സ്വത്വത്തിലേക്കു തിരിച്ചു പോകാൻ അനുവദിച്ചതിന്.'' എമിലി പറയുന്നതുപോലെ മാർട്ടിനു തോന്നി. അതിയായ കുറ്റബോധത്തോടെ കൂട്ടുകാരുടെ ചോദ്യങ്ങൾക്കു പറയാനുള്ള ഉത്തരങ്ങൾ ചിന്തിച്ച് അയാൾ പതുക്കെ അവളുടെ വീട്ടിലേക്കു നടന്നു.

വീട്ടിൽ എല്ലാവരും ലുബറോണിലേക്കു പോകാനുള്ള ഒരുക്കങ്ങൾ തുടങ്ങിയിരുന്നു. അയാൾ അതിവേഗം, അവർക്കു മുഖം കൊടുക്കാതെ, അടക്കിയ സങ്കടത്തോടെ തങ്ങളുടെ മുറിയിലേക്കു നടന്നു. അവിടെ അവരുടെ പെട്ടിയുടെ മുകളിൽ എമിലിയുടെ റോസാപ്പൂവിന്റെ മണമുള്ള ഏടുകളുള്ള ഡയറി തുറന്നു കമഴ്ത്തിവച്ചിരുന്നു. മാർട്ടിൻ ആ ഡയറി എടുത്തു തുറന്നുവച്ച താൾ വായിച്ചു. എമിലി തന്റെ വിറയ്ക്കുന്ന കൈകളാൽ ഇങ്ങനെ എഴുതിയിരുന്നു,

''പ്രിയ മജിഷ്യൻ ഡ്യൂക്ക്, ഇതാ നിങ്ങൾ പറഞ്ഞപോലെ ഇളം റോസ് നിറത്തിലുള്ള കല്ലുകൾ പതിച്ച അലങ്കാരപ്പിന്നുകൾ മാർട്ടിൻ എനിക്ക് ഈ വിവാഹദിനത്തിൽ സമ്മാനിച്ചിരിക്കുന്നു. നീ വർഷങ്ങൾക്കു മുൻപ് പറഞ്ഞപോലെ ഗൗൾട്ട് നദിയിലൂടെ നിന്നിലേക്ക് ഒഴുകാൻ എനിക്കു സമയമായിരിക്കുന്നു. മാർട്ടിൻ എന്നോടു ക്ഷമിക്കട്ടെ.''

''എമിലി, നീ വീണ്ടും എന്നെ കോമാളി ആക്കി.'' മാർട്ടിൻ ആ ഏട് കൈകൊണ്ടു ചുരുട്ടി ഉറക്കെ അലറിക്കരഞ്ഞു.

എമിലി അപ്പോൾ അവളിലേക്ക് തിരിച്ച് ഒഴുകുകയായിരുന്നു, ഒരു പുഴപോലെ.

■

അന്റോപ്പ് ഹില്ലിലെ പ്രണയപ്പാമ്പുകൾ

തിരക്കേറിയ തെരുവിലൂടെ കിഷൻജിയുടെ തുണിക്കടയും സോഹൻജിയുടെ മിഠായിക്കടയും കടന്നു മൃദുല മുന്നോട്ടു നടന്നു. ഏപ്രിൽ മാസത്തെ ചൂടിനാൽ ഒലിച്ചിറങ്ങിയ വിയർപ്പ് ദുപ്പട്ടകൊണ്ട് തുടച്ചു. കൈയിലെ വീട്ടുസാധനങ്ങൾ അടങ്ങിയ തുണിബാഗ് ആയാസപ്പെട്ട് കൈമാറ്റിപ്പിടിച്ചു. ലക്ഷ്മിഭായിയുടെ തുന്നൽക്കടയ്ക്ക് ഇടയിലൂടെ സി.ജി.എസ് കോളനിയിലെ ഫ്ളാറ്റിന്റെ പടികൾ ഓരോന്നായി കയറി.

മുംബൈയിലെ അന്റോപ്പ് ഹില്ലിലെ കേന്ദ്ര ഗവണ്മെന്റ് ജീവനക്കാരുടെ നിറംമങ്ങിയ ഫ്ളാറ്റുകളിലൊന്നിലേക്കു ജീവിതം പറിച്ചു നട്ടിട്ടു കൊല്ലം മൂന്നായെങ്കിലും നാലാമത്തെ നിലയിൽനിന്നും താഴെയിറങ്ങിയുള്ള ഇത്തരം യാത്രകളിലെല്ലാം തന്റെ ഗ്രാമത്തിലെ പാടത്തിലൂടെ നീങ്ങുന്നതായി ദിവാസ്വപ്നം കണ്ടുകൊണ്ടാണ് അവൾ നടക്കുക. മാട്ടുങ്ക റെയിൽവേ സ്റ്റേഷനിൽ ഇറങ്ങി അന്റോപ്പ് ഹില്ലിലേക്കുള്ള ബസ് പിടിച്ചു സ്റ്റോപ്പിൽ ഇറങ്ങി തന്റെ കോളനിയിലേക്കുള്ള നടത്തം അവൾക്ക്, ഷൊർണൂർ സ്റ്റേഷനിൽനിന്നും ചെറുതുരുത്തി ബസ് പിടിച്ചു കലാമണ്ഡലത്തിൽ ഇറങ്ങി, ഇടത്തോട്ടു തിരിയുന്ന ഇടവഴിയിലേക്കു കയറി വീട്ടിലേക്കു നടക്കുന്നതുപോലെ ആയിരുന്നു.

മുംബൈയിലെ തിരക്കുകളോ പൊടിപടലങ്ങളാൽ മലിനമായ വായുവോ ഈ ദിവാസ്വപ്നവേളയിൽ അവളെ അലോസരപ്പെടുത്താറില്ല. ഇടയ്ക്ക് കിഷൻജിയുടെ തുണിക്കടയിലെ പയ്യൻ ‘‘ബഹൻ, നല്ല കോട്ടൻ ചുരിദാർ തുണി വന്നിട്ടുണ്ട്, ഒന്നു കയറിനോക്കൂ’’ എന്നു പറഞ്ഞു കടയിൽ കയറാൻ അവളെ നിർബന്ധിക്കുമ്പോഴോ ലക്ഷ്മിഭായിയുടെ പാൻ കടയ്ക്കരികിലൂടെ നടക്കുമ്പോൾ ‘‘ഭാബീ, കൈസേ ഹോ, സബ് ടീക് ടാക് ഹേ നാ’’ എന്നു പറഞ്ഞു കൈയിലെ ചുമന്ന വളകൾ കിലുക്കി മധുരമായി പുഞ്ചിരിച്ചു സംസാരത്തിനു

വരുമ്പോഴോ, മാത്രം അവൾ സ്വപ്നത്തിൽനിന്നും ഉണർന്നു. അപ്പോഴെല്ലാം മുംബൈയിലെ തെരുവിലെ ചൂട് അവളിലേക്ക് ഇരച്ചുകയറുകയും അവിടുത്തെ തിരക്കിനാലുണ്ടാകുന്ന പ്രത്യേക മണം അവളിൽ ശ്വാസംമുട്ടൽ ഉണ്ടാക്കുകയും ചെയ്തു. പെട്ടെന്ന്, മുഖത്ത് ഒലിച്ചിറങ്ങിയ വിയർപ്പ് ദുപ്പട്ടകൊണ്ട് അമർത്തിത്തുടച്ച്, വിശേഷങ്ങൾ ചുരുങ്ങിയ വാക്കുകളിൽ ഒതുക്കി, തന്റെ ഫ്ളാറ്റിലേക്കു വേഗത്തിൽ നടക്കും.

ലിഫ്റ്റിന്റെ ഇരുമ്പുഡോർ വലിച്ചടയ്ക്കുമ്പോഴുള്ള ശബ്ദവും പിന്നീടുള്ള ശൂന്യതയും അവളെ ഭയപ്പെടുത്തുന്നവയായതിനാൽ അരവിന്ദ് കൂടെ ഇല്ലാത്ത അവസരങ്ങളിലെല്ലാം നാലുനില പടവുകൾ കയറിത്തന്നെ വീട്ടിൽ എത്തി.

പടികൾ കയറി ക്ഷീണിച്ച അവൾ വാതിൽ തുറന്ന് ഇടുങ്ങിയ ഹാളിലെ ഒരു മൂലയിലായി ഒതുക്കി ഇട്ടിരിക്കുന്ന മേശമേൽ സാധനങ്ങൾ നിറച്ച സഞ്ചിവച്ച് തളർന്ന് കണ്ണുകൾ അടച്ചു സോഫയിലേക്ക് ഇരുന്നു. വല്ലപ്പോഴും മാത്രമുള്ള ഈ യാത്ര ഒഴിച്ചാൽ മുഴുവൻ സമയവും അവൾ ആ ചെറിയ ഒറ്റമുറി ഫ്ളാറ്റിനുള്ളിൽ ചടഞ്ഞുകൂടി. നേരെ എതിർവശത്തെ ഫ്ളാറ്റിലെ വൃദ്ധയും ലിഫ്റ്റിന്റെ വാതിലിൽനിന്നും ഇടത്തോട്ടു തിരിഞ്ഞു പടികൾക്കടുത്തുള്ള ഫ്ളാറ്റിലെ ഉമാജിയും മാത്രം ഇടയ്ക്കു വിശേഷങ്ങൾ അന്വേഷിക്കാനായി ആ വാതിലിൽ മുട്ടും.

മൂന്നാമത്തെ നിലയിലെ രൂപ ദീദി ഇടയ്ക്കിടെ വീട്ടിൽ നടക്കുന്ന പൂജയ്ക്കു ക്ഷണിച്ചിട്ടും ചെല്ലാത്തതിനാൽ, ഒരു താലിയിൽ നിറയെ പലതരം പൂജാപ്രസാദങ്ങളുമായി ആഴ്ചയിലൊരിക്കൽ അവളെ തേടിവരികയും വരുമ്പോൾ അവൾക്ക് അധികമൊന്നും മനസ്സിലാകാത്ത ഹിന്ദിയിൽ ഒരു മണിക്കൂറോളം സംസാരിക്കുകയും ചെയ്തു. അപ്പോഴെല്ലാം അവൾ തന്റെ വീടിന്റെ ഒരു വശത്തുള്ള പാടത്തിന്റെ വരമ്പിലൂടെ നടന്നു. അനുവിന്റെ പറമ്പിലെ മാവിലെ മാങ്ങ പഴുത്തുവോ എന്നു നോക്കി. വേലി ചാടിക്കടന്ന് അമ്മിണിയമ്മയുടെ ഇടിഞ്ഞുപൊളിഞ്ഞ വീടിനെ ചാരിനില്ക്കുന്ന മരത്തിൽ തൂങ്ങിനിൽക്കുന്ന കിളിക്കൂടിലെ മുട്ടകൾ വിരിഞ്ഞോയെന്ന് എത്തിനോക്കി. തിരിച്ചുനടന്ന് തന്റെ വീടിന്റെ വലതുവശത്തു കാടുപിടിച്ചു കിടക്കുന്ന പാമ്പിൻകാവിനരികിൽ പോയി കൂവളത്തിന്റെ ഇലയും പൊട്ടിച്ചു തിരിഞ്ഞുനടക്കുന്ന തിരക്കിലാകും. സംസാരം കഴിഞ്ഞു തിരിച്ചുപോകുമ്പോഴെല്ലാം അവർ ഒരു ചടങ്ങുപോലെ കുട്ടികൾ ഉണ്ടാകാനുള്ള പൂജ എല്ലാ തിങ്കളാഴ്ചയും നടത്തും എന്നും അതിനു മുടങ്ങാതെ വന്നാൽ ഉറപ്പായും കുഞ്ഞുങ്ങൾ ഉണ്ടാകും എന്നും

അവളെ ഉപദേശിക്കും. രൂപാദീദി പോയാൽ ഉടൻ അവൾ അടുക്കളയിലെ കുഞ്ഞുബാൽക്കണിയിൽ ചെന്ന് താഴേക്കു നീണ്ടുകിടക്കുന്ന പൈപ്പിലേക്കു നോക്കും. വള്ളിച്ചെടികൾ പടർന്ന ആ പൈപ്പിലൂടെയാണ് അവൻ അവളെ കാണാനായി ഇഴഞ്ഞുകയറി വരാറുള്ളത്.

മുംബൈയിലെ തിരക്കുള്ള തെരുവിലെ ഫ്ളാറ്റിൽ താമസത്തിനു വന്നപ്പോൾ നാട്ടിൽനിന്ന് ഇത്രയും അകലെയുള്ള ഈ സ്ഥലം അവൻ കണ്ടുപിടിക്കും എന്നും കണ്ടുപിടിച്ചാൽതന്നെ നാലാം നിലയിലേക്ക് ആരും കാണാതെ എങ്ങനെ വരുമെന്നും ഓർത്ത് അവൾ ആകുലപ്പെട്ടിരുന്നു. പക്ഷേ, അവളുടെ ആകുലതകളെ അസ്ഥാനത്താക്കി അടുക്കളവശത്തെ ബാൽക്കണിക്കരികിലുള്ള പൈപ്പിലൂടെ അവളെ കാണാനായി വരികയും കാലിലൂടെ ഇഴഞ്ഞുകയറി ദേഹത്തെ ഓരോ രോമകൂപത്തെയും ത്രസിപ്പിച്ച് ആനന്ദനിർവൃതിയിലാക്കുകയും ചെയ്തു. കണ്ണുകൾ കൂമ്പിയ അവൾ, തന്റെ ദേഹത്തിലൂടെ ഇഴഞ്ഞിറങ്ങി സ്നേഹത്തോടെ കാൽവിരലുകളിൽ തട്ടി തിരിച്ചുപോകുന്ന അവനെ കാണാനായി കണ്ണുകൾ തുറക്കുമ്പോഴേക്കും ഇലഞ്ഞിയുടെയും ഗന്ധരാജന്റെയും മണം അവശേഷിപ്പിച്ച് അവൻ അപ്രത്യക്ഷനായിക്കാണും. അപ്പോഴവൾ, അഴിഞ്ഞു പുറം മുഴുവനായി മറച്ച് ചുരുണ്ട് ഇഴയുന്ന മുടി ആയാസപ്പെട്ട് കെട്ടിവച്ച് വേഗം ബാൽക്കണിയിലേക്ക് ഓടി ചെടിപ്പടർപ്പുകളാൽ മൂടപ്പെട്ട പൈപ്പിലേക്ക് ഉറ്റുനോക്കും. പക്ഷേ, അപ്പോഴേക്കും അവൻ ആ വഴി ഇറങ്ങി തിരക്കുകളിൽ ലയിച്ചുകാണും.

രാവിലെ ആറുമണിക്ക് വീട്ടിൽനിന്നും ഇറങ്ങുന്ന അരവിന്ദ് ഓഫീസിലെ തിരക്കേറിയ ജോലികൾ എല്ലാം തീർത്ത് ഇലക്ട്രിക് ട്രെയിനിൽ ഇടിച്ചുകയറി സ്റ്റോപ്പിൽ ഇറങ്ങിനടന്നു വീട്ടിൽ എത്തുമ്പോഴേക്കും രാത്രി എഴുമണിയോ അതിലധികമോ ആകും. വന്ന ഉടനെ അവൾ മേശമേൽ വിളമ്പിവച്ച രാത്രിഭക്ഷണം കഴിച്ച് സോഫയിൽ ഇരുന്ന് അന്നത്തെ ചെലവ് ഡയറിയിൽ എഴുതിവയ്ക്കുന്നതിനിടയിൽ,

“ആരൂ, ഇന്നത്തെ ദിവസം എങ്ങനെ ഉണ്ടായിരുന്നു? നീ ചിത്രം വരച്ചോ, ക്യാൻവാസോ കളറോ ആവശ്യം ഉണ്ടെങ്കിൽ പറയണേ. പിന്നെ ഇന്നത്തെ ദാൽ കറി നന്നായിട്ടുണ്ട്.” ആകെ പറയുന്ന മൂന്നോ നാലോ വാചകങ്ങൾ പറഞ്ഞ് അയാൾ ഉറങ്ങാനായി പോകും.

അപ്പോഴവൾ അടുക്കളയിൽ പാത്രങ്ങൾ കഴുകുകയോ ബാൽക്കണിയിൽ വിരിച്ചിട്ട തുണികൾ എടുത്തു മടക്കുകയോ ആയിരിക്കും. ആകെയുള്ള ഒഴിവുദിവസമായ ഞായറാഴ്ച, അയാൾ

രാവിലെ ഏഴുമണിക്ക് വീട്ടിൽനിന്നും ഇറങ്ങി പ്രൊമോഷനുവേണ്ടിയുള്ള കോഴ്സിനു ബി.എ.ആർ.സി ഹോസ്പിറ്റലിനടുത്തുള്ള കോച്ചിംഗ് സെന്ററിലേക്കു പോകും. അവിടെനിന്നും വൈകുന്നേരം ലോകമാന്യതിലക് മുനിസിപ്പാലിറ്റി ഓഫീസിനടുത്തുള്ള സിദ്ധിവിനായക അമ്പലത്തിൽ പോയി ഗീതാ ഗ്രൂപ്പിനൊപ്പമുള്ള പ്രാർത്ഥനയും കഴിഞ്ഞു വീട്ടിൽ എത്തുമ്പോഴേക്കും രാത്രി എട്ടുമണിയാകും. അതിനാൽ അരുന്ധതിയെ സംബന്ധിച്ചിടത്തോളം ഞായറാഴ്ചയും വെള്ളിയാഴ്ചയും ഒരേപോലെ സൂര്യൻ ഉദിക്കുകയും അസ്തമിക്കുകയും ചെയ്തു. മുപ്പത്തിരണ്ടു വയസ്സുള്ള അയാൾ അറുപതു വയസുള്ള ആളെപ്പോലെ പെരുമാറുന്നതു കണ്ട് അവൾ ഇടയ്ക്കൊക്കെ സങ്കടപ്പെടുകയും ഇടയ്ക്കൊക്കെ ചിരിക്കുകയും ചെയ്തു.

തികച്ചും ഒറ്റയാക്കപ്പെട്ടു എന്നു തോന്നുമ്പോഴൊക്കെ അവൾ മുൻവശത്തെ മുറിയിലെ സോഫമേൽ സ്വർണ്ണനിറത്തിൽ കറുത്ത വരകളുള്ള അവനെ ഓർത്ത് കണ്ണുകളടച്ചു കിടക്കും. പതിയെ ഉറക്കത്തിലേക്കു വഴുതിവീഴുന്ന ആലസ്യത്തിൽ എപ്പോഴോ അവൻ കാൽവിരലുകളിൽ സ്നേഹത്തോടെ തട്ടി അവളുടെ ദേഹത്തേക്ക് എന്നത്തേയുംപോലെ ഇഴഞ്ഞുകയറുകയും തന്റെ നാവിനാൽ ചുംബിച്ചും ഇക്കിളിപ്പെടുത്തിയും എവിടെയെങ്കിലും രണ്ടു നീലിച്ച അടയാളങ്ങൾ ബാക്കിവച്ച് ഇറങ്ങിപ്പോകുകയും ചെയ്യും. പെട്ടെന്ന് ഞെട്ടി ഉണർന്ന് അവൾ ആ അടയാളങ്ങൾ പരതി. ''ഇന്നും അവൻ പിടിതരാതെ പൊയ്ക്കളഞ്ഞല്ലോ, കള്ളൻ'' എന്ന് കള്ളച്ചിരിയോടെ പറയും.

അന്നൊരു വെള്ളിയാഴ്ച പതിവുപോലെ അരവിന്ദിന് ഓഫീസിൽ പോകാനായി ഭക്ഷണം ഒരുക്കുന്ന തിരക്കിലായിരുന്ന അരുന്ധതി തലകറങ്ങി അടുക്കളയിലെ നിലത്ത് ഇരുന്നു.

''ആരൂ, എന്തുപറ്റി?''

''അറിയില്ല, നല്ല തലകറക്കം. എണീക്കുമ്പോൾ ശർദ്ദിക്കാൻ വരുന്നു.''

അരവിന്ദ് അത്ഭുതത്തോടെ അവളുടെ തണുത്ത നെറ്റിയിൽ കൈവച്ചുനോക്കി. താങ്ങി എണീപ്പിച്ചു സോഫമേൽ കിടത്തി. അവളുടെ കൈയിന്റെ ഒരു വശത്തായി പച്ച കുത്തിയപോലെ ഉള്ള നാല് നീലക്കുത്തുക്കൾ അവന്റെ ശ്രദ്ധയിൽപെട്ടു.

''ഇതെന്താ നിന്റെ കൈയിൽ?''

അവൾ കൈ തിരിച്ചുനോക്കി. അടയാളങ്ങൾ കണ്ടതും ഒന്നും മിണ്ടാതെ കണ്ണുകളടച്ചു കിടന്നു.

''വാ, കൂടുതൽ ഉണ്ടെങ്കിൽ ഹോസ്പിറ്റലിൽ പോകാം. നിന്നെ തിരിച്ചു വീട്ടിലാക്കി വേണം എനിക്ക് ഓഫീസിൽ പോകാൻ.'' അയാൾ

ഫോൺ എടുത്ത് 'ലേറ്റ് ആയേ എത്തൂ' എന്ന് ഓഫീസിലേക്കു വിളിച്ചുപറഞ്ഞു.

ഡോക്ടറെ കണ്ടു ടെസ്റ്റ് റിസൾട്ട് കിട്ടുമ്പോഴേക്കും നേരം ഒരുപാട് വൈകിയിരുന്നു. ഓട്ടോയ്ക്ക് കൈകാണിച്ചു നിർത്താത്തതിനാൽ അസ്വസ്ഥതയോടെ ട്രാഫിക് ഗൗനിക്കാതെ അരവിന്ദ് റോഡിനപ്പുറത്തേക്കു നടന്നു.

അരുന്ധതിയാവട്ടെ, ഗർഭിണിയെപ്പോലെ തന്റെ വയറിൽ ശ്രദ്ധയോടെ പിടിച്ചു പതിയെ നടന്നു റോഡ് ക്രോസ് ചെയ്തു.

''ആരൂ, നിനക്കു സമയത്തിനു ഭക്ഷണം കഴിച്ചാലെന്താ? അതുകൊണ്ടാണ് തലകറക്കം. അതിനിങ്ങനെ വയറു താങ്ങേണ്ട കാര്യമില്ല.'' അയാൾ പുച്ഛത്തോടെ അതും പറഞ്ഞു നിർത്തിയ ഓട്ടോയിൽ ചാടിക്കയറി.

ഓട്ടോയിൽ വീടെത്തുന്നതുവരെ അരവിന്ദ് ഓഫീസിലെ കാളുകൾ അറ്റൻഡ് ചെയ്യുന്ന തിരക്കിലായിരുന്നു. അരുന്ധതി തന്റെ കൈയിലെ നീലക്കുത്തുകളിലും വയറിലും മാറിമാറി തടവിക്കൊണ്ടിരുന്നു.

ലക്ഷ്മിഭായിയുടെ കടയിൽ നില്ക്കുകയായിരുന്ന രൂപാദീദി രമേഷിനെയും വയറും താങ്ങി ശ്രദ്ധിച്ചുനടക്കുന്ന അരുന്ധതിയേയും കണ്ട് അതീവ സന്തോഷത്തോടെ അവർക്കരികിലേക്ക് ഓടിവന്നു.

ഹോസ്പിറ്റലിൽനിന്നും തിരിച്ചുവരികയാണ് എന്നറിഞ്ഞപ്പോൾ അവർ ''താൻ നടത്തിയ പ്രത്യേക പൂജ ഫലം കണ്ടു ഒരാഴ്ചയ്ക്കുള്ളിൽ ആരുബേട്ടി പ്രെഗ്നന്റ് ആയി'' എന്ന് സന്തോഷത്തോടെ കാണുന്നവരോടെല്ലാം പറഞ്ഞ്, അവളുടെ കൈ പിടിച്ചു ഫ്ളാറ്റിലേക്കു നടന്നു.

''ബേട്ടീ, ഇനി നല്ലവണ്ണം ശ്രദ്ധിക്കണം. നല്ല ഭക്ഷണം കഴിക്കണം, വേണമെങ്കിൽ എന്റെ വീട്ടിലെ പണികൾ വേഗം തീർത്ത് ഷീലഭായിയെ വീട്ടുപണികളിൽ സഹായിക്കാൻ പറഞ്ഞയയ്ക്കാം.'' രൂപാദീദി നിർത്താതെ സംസാരിക്കുമ്പോൾ അവൾ കണ്ണുകളടച്ചു സോഫയിൽ ചാരിക്കിടന്നു.

''അരവിന്ദ്ഭായ്, നല്ലോണം ശ്രദ്ധിക്കണം. കടിഞ്ഞൂൽ ഗർഭം അല്ലേ. ഞാൻ ബിട്ടുവിനെ വയറ്റിൽ ആകുമ്പോൾ മിശ്രാജി എപ്പോഴും എന്റെ കാര്യങ്ങൾ ശ്രദ്ധിച്ചുകൊണ്ട് കൂടെത്തന്നെ ഉണ്ടായിരുന്നു.'' അവർ അരവിന്ദിനോട് ഉപദേശം തുടങ്ങി.

''ഒക്കെ ശ്രദ്ധിക്കാം രൂപാ ദീദി, പേടിക്കണ്ട'' അരവിന്ദ് കൃത്രിമച്ചിരി ചിരിച്ചുകൊണ്ട് അടുക്കളയിൽ പോയി ഒരു പാത്രത്തിൽ

ലഡ്ഡുവും പേടയും എടുത്തു കൊണ്ടുവന്നു മേശമേൽ വച്ചു. അതും എടുത്തു രൂപാദീദി വാതിലിനരുകിലേക്കു നടന്നു.

''ഞാൻ എല്ലാവരെയും ഈ വിശേഷം അറിയിച്ചിട്ടുവരാം.'' അവർ സാരിത്തലപ്പു തലവഴി ഇട്ട് വാതിൽ പതുക്കെ ചാരി അയൽപ്പക്കത്ത് വിവരം അറിയിക്കാനായി പോയി.

പിറ്റേന്ന് അരവിന്ദ് ഓഫീസിലേക്കു പോകാനിറങ്ങുമ്പോൾ അരുന്ധതി പുറകെ ചെന്ന്, തനിക്കു കാൻവാസും മഞ്ഞയും കറുപ്പും നിറങ്ങളും വേണം എന്നു പറഞ്ഞു.

അന്നു വൈകുന്നേരം പലതരം പഴങ്ങളുടെ കവറുകൾക്കൊപ്പം കാൻവാസും നിറങ്ങളുടെ കുപ്പികളും വീട്ടിൽ എത്തി.

പിറ്റേന്നു മുതൽ അവൾ മഞ്ഞനിറത്തിൽ സ്വർണ്ണനിറവും കറുപ്പും ചേർന്ന വരകളുള്ള, തിളങ്ങുന്ന കണ്ണുകളുള്ള അവന്റെ പടം വരയ്ക്കാൻ ആരംഭിച്ചു.

അരവിന്ദ് നാട്ടിലേക്കു വിളിച്ച് അമ്മയോടു സംസാരിക്കുമ്പോൾ അവൾ അതൊന്നും ശ്രദ്ധിക്കാതെ തന്റെ ചിത്രത്തിലെ കണ്ണുകളുടെ തിളക്കം കൂട്ടുന്ന തിരക്കിൽ ആയിരുന്നു.

''ആരൂ, അമ്മയ്ക്കു നിന്നോടു സംസാരിക്കണം എന്ന്.'' ഫോൺ അവൾക്കു കൊടുക്കാൻ നീട്ടിയപ്പോഴും അവൾ പുഞ്ചിരിയോടെ ചിത്രത്തിന്റെ വയറിനു ചുറ്റുമുള്ള സ്വർണ്ണവർണ്ണത്തിലൂടെ ബ്രഷ് ചലിപ്പിച്ചുകൊണ്ടിരുന്നു. അപ്പോൾ അവളുടെ നീണ്ടുചുരുണ്ട മുടിയിഴകൾ ഫാനിന്റെ കാറ്റിൽ ഇഴഞ്ഞുകൊണ്ടിരുന്നു.

അരവിന്ദ് ഒട്ടൊരസ്വസ്ഥതയോടെ 'പിന്നീടു വിളിക്കാം' എന്നു പറഞ്ഞു ഫോൺ കട്ട് ചെയ്തു. അതേസമയംതന്നെ അരുന്ധതിയുടെ അമ്മ മകളെക്കുറിച്ച് അന്വേഷിക്കാനായി വിളിച്ചു.

''അവൾ വരയ്ക്കുന്ന തിരക്കിലാണ്. ഇപ്പോൾ സംസാരിക്കുമോന്ന് അറിയില്ല.'' അവൻ ഫോൺ എടുത്തു പുച്ഛത്തോടെ പറഞ്ഞു.

''എന്നോടു മിണ്ടാൻ പറ്റാത്തവിധം എന്ത് ചിത്രമാ വരയ്ക്കുന്നത്?'' അമ്മ ചിരിച്ചുകൊണ്ട് ചോദിച്ചു.

''സ്വർണ്ണവർണ്ണമുള്ള പാമ്പിന്റെ.'' അവൻ ആ ചിത്രത്തിലെ ജീവനുറ്റ തിളങ്ങുന്ന കണ്ണുകളിലേക്കു നോക്കിക്കൊണ്ട് പറഞ്ഞു.

അതുകേട്ട് അസ്വസ്ഥയായ അമ്മ ''ഫോൺ അവൾക്കു കൊടുക്ക്'' എന്ന് ഉറക്കെ പറഞ്ഞു.

''ആരൂ, നിനക്ക് വല്ല നല്ല പടങ്ങളും വരച്ചൂടെ. പാമ്പിന്റെ പടം ആണോ വരയ്ക്കുന്നെ.'' അവർ മോളോടു ചോദിച്ചു.

''അമ്മേ, അവൻ എന്നെ കാണാനായി ഇവിടേം വരാറുണ്ട്. എപ്പോഴും എന്നെ പറ്റിച്ചുപോകും. അവനെ ഞാൻ വരയ്ക്കുക യാണ്.'' അവൾ ചിരിച്ചുകൊണ്ട് പറഞ്ഞു.

''നീ എന്തൊക്കെയാ പുലമ്പുന്നെ, നീ അരവിന്ദന് ഫോൺ കൊടുക്ക്.'' അമ്മ ആകെ വെപ്രാളപ്പെട്ടുകൊണ്ട് പറഞ്ഞു.

''അരവിന്ദ്, മാലതി അമ്മായി അടുത്ത ആഴ്ച മലാഡിൽ വരു ന്നുണ്ട്. ഞാൻ അവളുടെ അടുത്ത് കുറച്ചു വിറ്റാമിൻ ഗുളികകൾ കൊടുത്തയയ്ക്കാം. അതു മുടങ്ങാതെ കൊടുക്കണേ.''

അരവിന്ദ് അവളെ ഇതിൽനിന്നും എങ്ങനെ പിന്തിരിപ്പിക്കാം എന്നു ചിന്തിച്ചു സോഫയിൽ ഇരുന്നു.

''ആരൂ, നിനക്ക് ഈ വൃത്തികെട്ട പാമ്പിനെ മാത്രമേ വരയ്ക്കാൻ ഉള്ളൂ? നല്ല പ്രകൃതിദൃശ്യങ്ങൾ വരച്ചൂടെ?'' അവൻ സ്നേഹത്തോടെ അവളുടെ അടുത്തുചെന്ന് മുടിയിൽ തലോടി.

അവൾ പിന്തിരിഞ്ഞ് ജ്വലിക്കുന്ന കണ്ണുകളോടെ അവനെ നോക്കി.

അന്നു രാത്രി അരവിന്ദിനടുത്ത് ഉറങ്ങിക്കിടന്ന അവൾ പുളയു ന്നതു കണ്ട അരവിന്ദ് അവളെ വിളിച്ച് എണീപ്പിച്ചു. ''അവൻ പോയോ'' എന്നു ചോദിച്ച് അവൾ ഓടി ബാൽക്കണി വാതിൽ തുറന്നു താഴെ വള്ളിപ്പടർപ്പുകളിലേക്ക് എത്തിനോക്കി.

''വെറുതെ പാമ്പിന്റെ ചിത്രം വരച്ച് ഓരോ പ്രാന്തും പറയാൻ തുടങ്ങിയോ. ഈ ചിത്രം ഇനി ഈ വീട്ടിൽ വേണ്ട. പടം വരയ്ക്കൽ നിർത്തിക്കോ.'' അവൻ ദേഷ്യത്തോടെ ക്യാൻവാസ് എടുത്തു വലി ച്ചെറിഞ്ഞു.

പിറ്റേന്ന് അരവിന്ദ് അരുന്ധതിയുടെ അമ്മയെ വിളിച്ചു.

''അമ്മേ, ആരുവിനെ നാട്ടിലേക്ക് അയച്ചാലോ? അവൾ കുറച്ചു ദിവസം അവിടെ നിക്കട്ടെ.''

''അതിനെന്താ, സന്തോഷമേ ഉള്ളൂ. അവൾക്കും സമ്മതം ആണോ?''

''അല്ലാതെ, അവൾ ഇപ്പോൾകൂടി പറഞ്ഞു അമ്മയുടെ അടുത്ത് നിൽക്കണം എന്ന്.'' ഇതൊന്നും ശ്രദ്ധിക്കാതെ ജനലിലൂടെ ദൂരേക്കു നോക്കിനില്ക്കുന്ന അരുന്ധതിയെ അരവിന്ദ് പതുക്കെ തിരിഞ്ഞു നോക്കി.

രണ്ടാഴ്ചയ്ക്കുള്ളിൽ ടിക്കറ്റ് ശരിയാക്കി അരുന്ധതിയെ നാട്ടി ലേക്കുള്ള ട്രെയിനിൽ കയറ്റിവിട്ട് അരവിന്ദ് തന്റെ സ്ഥിരം തിരക്കു കളിലേക്ക് ഊളിയിട്ടു. ജനലിലൂടെ ദൂരേക്കു നോക്കി തന്റെ വയർ തടവിക്കൊണ്ട് അവൾ ട്രെയിനിൽ ഇരുന്നു. പതിയെ പാമ്പിൻകാവിലെ

ഇലഞ്ഞിപ്പൂവിന്റെയും ഗന്ധരാജന്റെയും മണം അടുത്തടുത്തു വരുന്നതായി അവൾക്കു തോന്നി. ഷൊർണ്ണൂരിൽ ട്രെയിൻ ഇറങ്ങി വീട്ടിലേക്കുള്ള യാത്രയിൽ കാറിൽ ഇരിക്കവേ ജനാല തുറന്ന് അവൾ ആവോളം ശുദ്ധവായു മൂക്കിലൂടെയും വായിലൂടെയും ആഞ്ഞുവലിച്ചു. കാർ ഇടവഴിയിലേക്കു തിരിഞ്ഞതും ഡ്രൈവറോട് അവിടെ ഇറങ്ങി നടക്കാമെന്നു പറഞ്ഞ് കാറിൽനിന്നും ഇറങ്ങി അവൾക്കു പരിചിതമായ വഴിയിലൂടെ മുന്നോട്ടുനടന്നു.

തന്റെ ദേഹത്തുനിന്നും ആയിരക്കണക്കിനു സ്വർണ്ണപ്പാമ്പുകൾ ഇഴഞ്ഞിറങ്ങി പോകുന്നതായി അവൾക്കു തോന്നി. അവ ഇലഞ്ഞിയിലും ഗന്ധരാജനിലും കൂവളത്തിലും കൈതക്കാട്ടിലും ഇഴപിണഞ്ഞു തൂങ്ങിക്കിടന്നാടി. അവൾ സന്തോഷത്തോടെ ഭാരമില്ലാതെ മുന്നോട്ടു നടന്നു.

■

പ്രളയത്തിൽപ്പെട്ട പ്രേതം

''ആയിശുമ്മാ.. വാതില് തൊറക്ക്. പ്രേ...തം... പ്രേതം.'' ശാന്ത ഇരുട്ടു നിറഞ്ഞ ഇടവഴിയിൽനിന്നും ഓടി ആയിശുമ്മയുടെ വീടിന്റെ വരാന്തയിൽ കയറി വാതിലിൽ ഇടിച്ചുകൊണ്ട് ഉറക്കെ അലറി.

''ബദരീങ്ങളേ, പ്രേതോ? എബടെ?'' ആയിശുമ്മ വാതിൽ തുറന്നതും ശാന്ത ഓടി അകത്തുകയറി പനി പിടിച്ച കോഴിയെപ്പോലെ മുറിയുടെ ഒരു മൂലയ്ക്കു നിലത്തു കൂനിക്കൂടി ഇരുന്നു വിറയ്ക്കാൻ തുടങ്ങി.

''ങടെ തൊടീടെ പടിഞ്ഞാറോടത്ത്. ചത്ത ഭാർഗവിയമ്മേടെ ആളില്ലാത്ത വീടിന്റെ പറമ്പില്. ഞാൻ കണ്ട്. വെള്ളസാരിയൊക്കെ ഉടുത്തു മുടി പരത്തീട്ടിട്ട് ങനെ ഉലാത്തുന്നു.'' ശാന്ത നാടകനടികൾ ഡയലോഗ് പറയുന്നപോലെ പറഞ്ഞു.

''ഇയ്യെന്തിനാപ്പോ മനുശനെ പേടിപ്പിക്കാനായിട്ട് ഇങ്ങോട്ട് മണ്ടിക്കേറി ബന്നേ? ഇബടെ പെറാറായ പെണ്ണുണ്ടന്ന് അനക്ക് അറിഞ്ഞൂടെ. ഓൾടെ കടിഞ്ഞൂൽ പേറാ.'' ആയിശുമ്മ ആകെ ബേജാറായി ജനലിൽകൂടി, ദൂരെ ഇടവഴിക്കപ്പുറമുള്ള, രണ്ടു വർഷത്തോളമായി, ആൾപ്പാർപ്പില്ലാതെ കാടുപിടിച്ചുകിടക്കുന്ന ഭാർഗവീനിലയത്തിലേക്കു നോക്കി.

''ആ... ആ... ഇതാപ്പ കഥ, ഇങ്ങള് ആള് കൊള്ളാലോ. പ്രേതത്തെ കണ്ടിട്ട് അണ്ണാക്ക് തള്ളി ഓടിക്കേറുമ്പ ആരേലും ഇങ്ങടെ മരോൾടെ ഗർഭം ഓർക്കോ?.'' ശാന്ത പ്രേതം ആവേശിച്ചതുപോലെ വിറച്ചുകൊണ്ട് പറഞ്ഞു.

''ന്താ ശാന്തേച്ചി? എബടാ പ്രേതം?'' മരുമകൾ സാബിറ നിറവയറും താങ്ങി വാതിലിൽ ചാരിനിന്നുകൊണ്ട് ചോദിച്ചു.

''ഇയ്യെന്തിനാടി ഇപ്പ എണീറ്റ് ബന്നേ? പോയിക്കെടക്ക്.'' ആയിശുമ്മ ജിന്നുകളെയും മലക്കുകളെയും കുറിച്ചോർത്ത് ആവലാതിയോടെ അവളുടെ നിറവയർ നോക്കി ജനൽ വലിച്ചടച്ചു.

“മുജീബെ, ഇയ്യാ അറേന്നു പായ ഇങ്ങട്ട് ഇട്ടാളെ. ഓളിന്ന് ഇബടെ കെടന്നോട്ടെ.” ആയിശുമ്മ ശാന്തയെ നിലത്തുനിന്നും എണീപ്പിച്ച് ആകെയുള്ള ഒരു കസേരയിൽ ഇരുത്തി. ശാന്ത ആ കസേരയിൽ ഇരുന്നു സുബൈദ കൊടുത്ത വെള്ളം ഗുമുഗുമാന്നു കുടിച്ചു. ചുമരിൽ തൂക്കിയ ഖുറാനിലെ വചനങ്ങളും നോക്കി കഴുത്തിലെ ദൈവത്തിന്റെ ലോക്കറ്റിൽ മുറുകെപ്പിടിച്ചു കണ്ണടച്ച ശാന്ത കൂർക്കംവലി തുടങ്ങി. ആയിശുമ്മ പേടിച്ച് ഉറങ്ങാതെ പ്രേതത്തെ പ്രതീക്ഷിച്ചു കിടന്നെങ്കിലും ശാന്തയുടെ കൂർക്കംവലി കേട്ടിട്ടോ എന്തോ പ്രേതം ആ പരിസരത്തേക്കൊന്നും വന്നതേ ഇല്ല.

പിറ്റേന്നു വെളുപ്പിന് ആയിശുമ്മയുടെ വീട്ടിൽനിന്നും കട്ടൻ കാപ്പിയും കുടിച്ചിറങ്ങിയ ശാന്ത, പോകുന്ന വഴിയിലെ വീടുകളിലൊക്കെ കയറി പ്രേതകഥ പറഞ്ഞു, സൂര്യൻ പടിഞ്ഞാറോട്ട് എത്തിത്തുടങ്ങിയപ്പോഴേ സ്വന്തം വീട്ടിൽ എത്തിയുള്ളൂ. മൊത്തം ഗ്രാമത്തിനു വലിയൊരു സ്ക്രീനിൽ പ്രേതസിനിമ കാണിച്ച സന്തോഷത്തിൽ ശാന്ത അന്നും നന്നായി ഉറങ്ങിയെങ്കിലും അന്നാട്ടുകാരൊക്കെ ജനൽ അടച്ചോ വാതിൽ കുറ്റിയിട്ടോ വല്ല നിഴലും അനങ്ങുന്നുണ്ടോ എന്നൊക്കെ ശ്രദ്ധിക്കുന്നതിൽ വ്യാപൃതരായി നേരം വെളുപ്പിച്ചു.

ഈ സംഭവം കഴിഞ്ഞ് കൃത്യം ഒരാഴ്ചയ്ക്കുശേഷം ആശുപത്രിയിൽ കിടക്കുന്ന അച്ഛന് കഞ്ഞിയും കൊടുത്തു തിരിച്ച് എളുപ്പവഴിക്കായി ആ ഇടവഴിയിലൂടെ വന്ന വത്സല പ്രേതപ്പറമ്പിലേക്കു തിരിയുന്ന വളവിൽ എത്തിയതും എന്തോ കാലിൽ ചുറ്റി കമിഴ്ന്നടിച്ചു വീണു. വീണ ഉടനെ ചാടി എണീറ്റ് “ഹെന്റമ്മോ... എന്നെ പ്രേതം പിടിച്ചേ...” എന്ന് അലറി ആയിശുമ്മയുടെ വീട്ടിലേക്ക് ഓടിക്കയറി.

“അല്ല, ബൽസലേ, ഇയ്യെന്തേലും കണ്ടീനാ? അതോ ബെർതനെ പേടിച്ച് മണ്ടിക്കേറി ബന്നതാ? ആയിശുമ്മ വാതിൽ ഒന്നൂടെ അടച്ചെന്ന് ഉറപ്പുവരുത്തി, പ്രേതത്തെ കണ്ടെന്നു പറഞ്ഞ് ഓടിവന്നവർ ഇരുന്നു കാലിളകിത്തുടങ്ങിയ കസേരയിൽ വത്സലയെ പിടിച്ചിരുത്തിക്കൊണ്ട് ചോദിച്ചു.

“ഉം... വീണപ്പളാ അപ്പറത്തെ പറമ്പിലേക്ക് നോക്കിയേ. അപ്പൊ ആ വീടിന്റെ ഉമ്മറത്ത് വെള്ളസാരീം ഉടുത്തു മെഴുതിരീം പിടിച്ചു നിക്കുണു, പ്രേതം.” വത്സല പേടിയോടെ പറഞ്ഞു.

“അയ്നു പ്രേതത്തിന് എബിടുന്നാടി മെഴ്തിരി?” ആയിശുമ്മ താടിക്ക് കൈവച്ചു. അതുകേട്ട് ആയിശുമ്മയുടെ മരുമകൻ ഉറക്കെ ചിരിച്ചു. അപ്പോൾ മരോനെ സല്ക്കരിക്കാനായി ഉമ്മ ഉണ്ടാക്കുന്ന

ബിരിയാണി, ചെമ്പിൽ പിടിച്ചു കരിഞ്ഞ മണം അവിടെ ആകെ നിറഞ്ഞു.

ന്റള്ളോ... ന്റെ ബിരിയാണി എന്നും പറഞ്ഞു ആയിശുമ്മ അടുക്കളയിലേക്കോടി.

പണി കഴിഞ്ഞു രണ്ടു ലാർജ് അടിച്ച് ആടിയാടിവന്ന വാസുവും മൊബൈലിൽ സംസാരിച്ചുകൊണ്ട് അതുവഴി പോയ വിജേഷും പ്രേതത്തിൽ തീരെ വിശ്വാസം ഇല്ലാത്തതുകൊണ്ടു മാത്രം ആ വഴിയിലൂടെ ധൈര്യത്തിൽ പോയ സതീശനും പ്രേതത്തെ കണ്ടു പേടിച്ചു നെട്ടോട്ടമോടിയതോടെ ആളൊഴിഞ്ഞ ഭാർഗവീനിലയം എന്ന ആ വീടിനെ ഔദ്യോഗിക പ്രേതഭവനമായി അന്നാട്ടുകാർ പ്രഖ്യാപിച്ചു. അതോടെ രാത്രി ഇരുട്ടിയാൽ ആ വഴിയിലൂടെ ആരും നടക്കാതെയായി.

ആയിശുമ്മ തന്റെ വീടിന്റെ മതിലിന്റെ ഉയരം കൂട്ടിയും ഇരുട്ടും മുന്നേ വാതിൽ കൊട്ടിയടച്ചും പ്രേതശല്യത്തിൽനിന്നും രക്ഷപ്പെട്ടു. അങ്ങനെ അന്നാട്ടുകാർ ഒരുതരത്തിലും ആ വീട്ടിലെ പ്രേതത്തെ ശല്യംചെയ്യാതെ ഒഴിഞ്ഞുകിടക്കുന്ന ആ വീട്ടിലും പറമ്പിലും വിഹരിക്കാൻ പരിപൂർണ്ണസ്വാതന്ത്ര്യം നൽകി.

കുറച്ചു മാസങ്ങൾക്കുശേഷം മഴയ്ക്കു പ്രാന്തിളകി പ്രളയം ആയപ്പോൾ ആയിശുമ്മയുടെ ഉയർത്തിക്കെട്ടിയ മതിലും കടന്നു വെള്ളം വീട്ടിനുള്ളിലേക്കു കടന്നു. അന്നാട്ടിലെ പല വീടുകളും വെള്ളത്തിലായതോടെ ആളുകളെ വീട്ടിൽനിന്നും ഒഴിപ്പിച്ച് അടുത്തുള്ള സ്കൂളിലേക്ക് മാറ്റിപ്പാർപ്പിക്കാൻ തുടങ്ങി. ആയിശുമ്മയെയും മരുമോളെയും കുഞ്ഞിനേയും കയറ്റിയ തോണി പ്രേതപ്പറമ്പിനരികിലൂടെ നീങ്ങുമ്പോഴാണ് അവർ ഭാർഗവീനിലയത്തിൽനിന്നും സഹായത്തിനായുള്ള കരച്ചിൽ കേട്ടത്.

''പ്രേതത്തിനു വെള്ളമൊക്കെ പ്രശ്നം ആണോ ഭാസ്ക്കരോ? അല്ലതാരാപ്പോ അവടെ കരയാൻ?'' സാബു തോണി ആ വീട്ടിലേക്കടുപ്പിച്ചുകൊണ്ട് കൂട്ടുകാരനോടു ചോദിച്ചു.

നീലത്തിൽ മുങ്ങിയ കോഴിയെപ്പോലെ ആ വീടിന്റെ പൊളിഞ്ഞു വീഴാറായ തൂണിനു മുകളിൽ അള്ളിപ്പിടിച്ചിരുന്നിരുന്ന രണ്ടുപേരെ വലിച്ചു താഴെ ഇറക്കി ഭാസ്കരൻ ചോദിച്ചു. ''നീങ്ങ രണ്ടും ആ പുല്ലുവെട്ടൽ മെഷിൻ ആയി നടക്കുണോരല്ലേ? ഇബടെ തൂങ്ങി നിന്നിട്ട് അന്നെ ഒന്നും പ്രേതം പിടിച്ചില്ലേ?''

''വേറെ നാട്ടുകാരായതുകൊണ്ട് ആരും വീട് വാടകയ്ക്കു

തന്നില്ല. തരാംന്നു പറഞ്ഞ വീട് വാടകകൊണ്ട് ഒത്തുമില്ല. അപ്പൊ ചെയ്ത ഒരു ബുദ്ധിമോശം ആണ്.'' അവർ തലതാഴ്ത്തി പറഞ്ഞു.

''ആ... വേം കേറ്, പ്രേതത്തിനെ പുറത്തുചാടിക്കാൻ പ്രളയം വേണ്ടിവന്നു.'' സാബു അവരെ പിടിച്ചു തോണിയിൽ കയറ്റി.

ജനങ്ങൾ ജാതിയും മതവും പണക്കാരെന്നും പാവപ്പെട്ടവരെന്നും മറന്ന് ഒന്നിച്ച ക്യാമ്പിലേക്ക് ആയിശുമ്മയും മരുമോളും രണ്ടു പ്രേതങ്ങളുമായി, ആ തോണി നീങ്ങി. അപ്പോൾ പ്രേതങ്ങളുടെ വെള്ളസാരിയും വെപ്പുമുടിയും വെള്ളത്തിനു മുകളിലൂടെ ഒഴുകിനടക്കുന്നുണ്ടായിരുന്നു.

■

നെരൂദയുടെ കണ്ണുകൾ

"നിനക്കാരാ നെരൂദ എന്ന് പേരിട്ടേഡീ?"

അടച്ചിട്ട ജനാലകളിലേക്ക് തുറിച്ചുനോക്കുന്ന അവളോട് ഐസക്ക് അമർഷത്തോടെ കളിയാക്കലിന്റെ ചുവയിൽ ചോദിച്ചു. ജനാലകൾ തുറന്നു ദൂരേക്ക് നീട്ടിത്തുപ്പി വീണ്ടും വലിച്ചടച്ചു. അവളാകട്ടെ, കാഴ്ച മങ്ങിത്തുടങ്ങിയ ഒരു സായാഹ്നത്തിന്റെ മാനസിക സംഘർഷങ്ങളുടെ പടിവാതിലിൽ നിൽക്കുകയായിരുന്നു. ആ പേരിട്ടത് കവിതാഭ്രാന്തനും കമ്യൂണിസ്റ്റും ആയ തന്റെ അപ്പൻ ആണെന്നു പറഞ്ഞാൽ തെറി കേൾക്കേണ്ടിവരും എന്നതിനാൽ അവൾ ഒന്നും മിണ്ടാതെ എണീറ്റ് അടുക്കളയോടു ചേർന്നുള്ള ചെറിയ മുറിയിലേക്കു നടന്നു. ഉപയോഗിക്കാതെ മൂലയിൽ കിടന്നിരുന്ന ചിമ്മിനിവിളക്കുകളിൽ ഒന്ന് തപ്പിയെടുത്തു തുടച്ചുമിനുക്കി കത്തിച്ച് ഉമ്മറത്തിണ്ണമേൽ വച്ച് അതിന്റെ നാളങ്ങളിലൂടെ ദൂരേക്കു മിഴിയൂന്നി ഇരുന്നു.

"ഡീ പെണ്ണേ, ഇരുട്ടായിത്തുടങ്ങുമ്പോൾ വിളക്ക് കത്തിക്കാൻ ഇവിടെ കറന്റ് ഒന്നും പോയിട്ടില്ലല്ലോട്യേ." ത്രേസ്യാമ്മയ്ക്ക് അവളുടെ പല രീതികളിലും അസ്വാഭാവികത തോന്നിത്തുടങ്ങിയിരുന്നു. തലേന്ന് സൂര്യൻ അസ്തമിച്ച് ഇരുട്ടു പരന്നപ്പോൾ അവൾ കണ്ണുകൾ അടച്ച് അടുക്കളയിൽനിന്നും നീണ്ട ഇടനാഴിയിലൂടെ നടന്ന് ഉമ്മറത്തെത്തി ലൈറ്റ് ഇടാതെ ഇരുട്ടത്തു കുറെനേരം ദൂരേക്കു നോക്കിനിൽക്കുകയും ചിരിക്കുകയും പിന്നീട് പരിഭ്രമത്തോടെ കണ്ണുകൾ അടച്ചുകൊണ്ട് മുറിയിലേക്കു തിരിച്ചുനടക്കുകയും ചെയ്തിരുന്നു. രാത്രി അവളെക്കൊണ്ട് കാലിൽ തൈലം തേപ്പിച്ചു തിരുമ്പിക്കേണ്ടതിനാൽ, ദേഷ്യത്തോടെ ചോദിക്കാൻ വന്ന വാക്കുകൾ ഉള്ളിലൊതുക്കി ത്രേസ്യാമ്മ ബൈബിളും കൊന്തയുമെടുത്തു ഹാളിന്റെ മൂലയിലേക്കു നടന്നു ദൈവത്തിനു മുന്നിൽ കൈകൾ കൂപ്പി നിന്നു സംയമനം പാലിച്ചു. മകൻ വന്നിട്ട് ഒരു തീരുമാനം എടുക്കാം എന്നോർത്ത് അവർ സ്വന്തം മുറിയിൽ കേറി കുരിശും

വരച്ചു കിടന്നു. ഐസക് മൂക്കറ്റം കുടിച്ചു ബോധമില്ലാതെ എപ്പോഴോ ഉമ്മറത്തിണ്ണമേൽ വന്നുകിടന്നപ്പോഴേക്കും ത്രേസ്യാമ്മ ഉറക്കമായിരുന്നു.

ഇന്നിതാ അവൾ തിണ്ണയിൽ വിളക്കും കത്തിച്ചുവച്ച് അതിന്റെ നാളത്തിലൂടെ ദൂരേക്കു നോക്കിയിരിക്കുന്നു.

''ദിതാ പറേന്നെ, പെണ്ണുങ്ങൾക്കു നേരത്തിനും കാലത്തിനും വയറ്റിൽ ഉണ്ടാക്കണംന്ന്! അതിനെങ്ങനാ ചെറുക്കൻ മൂക്കറ്റം വെള്ളോം കുടിച്ചു തിണ്ണേലും പറമ്പേലും അല്ലേ കെടപ്പ്. പെണ്ണിനെ കുറ്റം പറയാനും പറ്റില്ലല്ലോ കർത്താവേ.'' ത്രേസ്യാമ്മ പായാരം പറഞ്ഞു താടിക്കു കൈയും കൊടുത്തുനിൽക്കുമ്പോൾ നെരൂദ മങ്ങിത്തുടങ്ങിയ കണ്ണുകളിലൂടെ വിദൂരക്കാഴ്ചകൾ കാണുകയായിരുന്നു.

''ലാസറച്ചായന്റെ അമ്മാമ്മ വീണു കാലൊടിഞ്ഞു. സിബി ദേഷ്യം പിടിച്ച് ഉന്തീതാ. ലിസി ദേണ്ടെ അലറിക്കരയുന്നു. അവരടെ വീട്ടിലും ഇരുട്ട് പരന്നു.'' നെരൂദ വിളക്കിൽനിന്നും കണ്ണുകൾ മാറ്റി കണ്ണുകളടച്ചു തിരിഞ്ഞിരുന്നു.

''ദീ കൊച്ച് എന്നതോക്കെയാ പറെണെ! ദിപ്പളാണോ അറിയുന്നെ? രണ്ടൂസം മുന്നേ ശോശാച്ചാമ്മ പറഞ്ഞല്ലോ അവര് വഴുക്കിവീണു കാലൊടിഞ്ഞതാന്ന്.''

''ഇവളെ അങ്ങനെ വിട്ടാൽ പറ്റില്ല. കഴിഞ്ഞ ആഴ്ച മുതൽ ഇടയ്ക്കു കണ്ണ് കാണുന്നില്ലന്നു പറയുന്നു. ഇടയ്ക്ക് യാതൊരു കുഴപ്പവും ഇല്ലതാനും. ചെറുക്കൻ തീരെ ശ്രദ്ധിക്കാഞ്ഞിട്ടാകും പെണ്ണിന്റെ മനസ്സ് കൈവിട്ടുപോണത്. ലാസറച്ചാച്ചനെക്കൊണ്ട് അവനെ ഉപദേശിക്കണം. മൂപ്പർ തലതൊട്ടപ്പൻ ആയതുകൊണ്ട് അവൻ അനുസരിക്കും.'' അതും തീരുമാനിച്ചു ത്രേസ്യാമ്മ നെരൂദയെയുംകൂട്ടി അകത്തേക്കു നടന്നു.

അവളാകട്ടെ, ഏതോ സ്വപ്നത്തിൽ നടക്കുന്നതുപോലെ കണ്ണുകൾ പാതി ചിമ്മി ത്രേസ്യാമ്മയ്ക്കൊപ്പം അനുസരണയുള്ള കുഞ്ഞാടിനെപ്പോലെ നടന്നു.

പിറ്റേന്ന് ലാസറച്ചാച്ചൻ വന്നപ്പോൾ തന്റെ ചെറുക്കനെ ഒന്ന് ഉപദേശിച്ചു നേരെയാക്കാൻ അയാളെ ഏൽപ്പിച്ചു.

''ആണും പെണ്ണുമായി എനിക്കൊള്ളത് ആകെ ഈ ഒരുത്തനാന്നു ചാച്ചന് അറിയാലോ. ഒരു പണിക്കും പോകാതെ മൂക്കറ്റം കുടിച്ചുനടന്നാ വെഷമല്ലേ, അതിയാൻ പോയെങ്കിലും നട്ടുവച്ച റബ്ബർ ഉള്ളതൊണ്ടാ കഞ്ഞി കുടിച്ചുപോണേ.''

ത്രേസ്യാമ്മയുടെ പായാരം കേട്ടതും നാലുമണിച്ചായേം കുടിച്ചു

തിണ്ണയിൽ കാലാട്ടി ഇരിക്കുന്ന ഐസക്കിനേം കൂട്ടി ലാസർ റബ്ബർ തോട്ടത്തിലൂടെ മുന്നോട്ടുനടന്നു.

''നെനക്ക് കുടി നിർത്തിക്കൂടെ ചെറുക്കാ. ത്രേസ്യാമ്മ ന്നെയാ ഏല്പിച്ചേക്കണേ. ഞാനിപ്പോ ന്താ വേണ്ടേന്നു നീ പറ.''

''അച്ചാച്ചൻ പ്പോ ഒന്നും വേണ്ട, നല്ല വാറ്റ് വേണേൽ മ്മടെ സണ്ണിടെ അടുത്തൂന്നു മേടിച്ചുതരാം. അതങ്ങ് അടിച്ചാ ഈ ചിന്ത ഒക്കെ അങ്ങ് പോയിക്കിട്ടും.''

''നീ ന്നെക്കൂടി കേടാക്കുലോ ചെക്കാ. ന്നാ ഒരു ഉപദേശം, കൊറോണക്കാലമാ, വാറ്റ് അടിച്ചാലും വീണുകെടന്നാലും മാസ്ക് മോകത്തൂന്നു മാററുത്.''

''അത് ഞാനേറ്റു.''

അന്നും ബോധം കേട്ട് ഐസക്ക് വീടിന്റെ ഉമ്മറത്തു വന്നു വീണു, മുഖത്തു മാസ്ക് ഉണ്ട് എന്ന ഒരു വ്യത്യാസം മാത്രം.

''നെന്നെ ഉപദേശിക്കാൻ ആ കെളവനെ ഏല്പിച്ചതാരുന്നല്ലോ. ന്നിട്ട് ന്തായി.'' ത്രേസ്യാമ്മ തലയിൽ കൈയുംവച്ച് വാതിലിൽ ചാരി നിന്നു.

നെരൂദ വിളക്കുംപിടിച്ച് ഉമ്മറത്തേക്കു വന്നു. വിളക്ക് തിണ്ണയിൽ വച്ച് അതിൽ നോക്കി ഇരുന്നു.

''ദേ അടുത്ത കുരിശ് എത്തി, ഞാനെന്ത് തെറ്റ് ചെയ്തിട്ടാ ന്റെ കർത്താവേ.'' അവർ കൈ തലയിൽവച്ച് അവളെ നോക്കി.

''താഴത്തേലെ അശോകൻ കുടിച്ചു വന്ന് അമ്മിണിച്ചേച്ചിയെ തല്ലുന്നു. തടുക്കാൻ നോക്കിയേന് പലക എടുത്തു തലയ്ക്കടിച്ചു. അമ്മിണിച്ചേച്ചി കരയുന്നു.''

അത് പറഞ്ഞതും താഴെ വീട്ടിൽനിന്നും ഉറക്കെ കരച്ചിലും ബഹളവും കേൾക്കാൻ തുടങ്ങി.

''കരച്ചിൽ കേൾക്കുന്നല്ലോ, ഈ കൊച്ചു പറഞ്ഞത് സത്യാണോ? ഇവളെങ്ങനത് ഇവടെ ഇരുന്നു കണ്ടു? കണ്ണിനു കാഴ്ച കൊറഞ്ഞു വരാന്നും പറേണു.'' ത്രേസ്യാമ്മ അത്ഭുതത്തോടെയും ഒട്ടൊരു പേടിയോടെയും നെരൂദയെ നോക്കി.

''ആ വീട്ടിലും ഇപ്പൊ ഇരുട്ടാണ്.'' അവൾ അതും പറഞ്ഞു വിളക്കുമായി കണ്ണുകളടച്ച് അകത്തേക്കു നടന്നു.

''കാര്യം അന്വേഷിക്കാനൊള്ള ഒരുത്തനിതാ ബോധല്ലാതെ കെട ക്കുന്നു. ഞാനിപ്പോ ഇതെന്നാ ചെയ്യും.'' ഒന്നൊന്നര ഏക്കർ റബ്ബർ തോട്ടത്തിനും അപ്പുറത്തുള്ള ചെറിയ വീട്ടിൽനിന്നും കരച്ചിൽ

ഉയർന്നുകേട്ടു. ആരൊക്കെയൊ അതിലൂടെ അങ്ങോട്ട് ഓടി. കുറച്ചു കഴിഞ്ഞു പലചരക്കു കടക്കാരൻ അന്തോണി ആ വഴി തിരിച്ചു പോകുന്നതു കണ്ട് ത്രേസ്യാമ്മ കാര്യം അന്വേഷിച്ചു.

''ത്രേസ്യേട്ടത്തീ്യ, ആ അമ്മിണിക്കൊച്ചിന്റെ തല കേട്ട്യോൻ തച്ച് ഒടച്ചു. ചോര കുടുകുടാന്നാ ഒലിക്കുന്നെ. ആസ്പത്രീലോട്ട് എടുത്തിട്ടുണ്ട്. കൊച്ചു കാഞ്ഞാൽ ചെക്കൻ കുടുങ്ങും.''

അതുകേട്ട് ഞെട്ടി തലകറങ്ങി ത്രേസ്യാമ്മ തിണ്ണമേലിരുന്നു.

''ഈ കൊച്ചെങ്ങനെ ഇത്രേം ദൂരെ നടക്കുന്ന സംഭവം കണ്ട്. അച്ചനെ വിളിച്ചൊന്നു വെഞ്ചരിച്ചാലോ.'' ത്രേസ്യാമ്മ ആകെ ബേജാറായി. ബോധമില്ലാതെ തറയിൽ കിടക്കുന്ന മകനെ വലിച്ചു വീടിനുള്ളിലേക്ക് കിടത്തി വാതിലും അടച്ചു നെരൂദയുടെ മുറിയിൽ പോയി നോക്കി. അവൾ കണ്ണുകളടച്ചു കിടക്കുകയായിരുന്നു. മനസ്സമാധാനവും ഉറക്കവും പോയതിനാൽ ത്രേസ്യാമ്മ കൊന്തയും പിടിച്ചു കട്ടിലിൽ ഇരുന്നു.

പിറ്റേന്നുതന്നെ കപ്പേളയിൽ പോയി അച്ചനെ കണ്ടു വീട് വെഞ്ചരിക്കാൻ ഏർപ്പാടാക്കി. വൈകുന്നേരം അച്ചൻ വന്നു വീട് മൊത്തം വെഞ്ചരിക്കുകയും നെരൂദയുടെ തലയിൽ കൈവച്ച് പ്രാർത്ഥിക്കുകയും ചെയ്തു.

അവൾ മങ്ങിത്തുടങ്ങിയ കണ്ണിലൂടെ വെള്ളലോഹയിട്ട അച്ചനെ നോക്കി. പ്രാർത്ഥന കഴിഞ്ഞ് അച്ചൻ പോയി നേരം ഇരുട്ടിയിട്ടും അന്നു വിളക്കു കൊളുത്തലും നടത്തവും കാണാത്തതിനാൽ ത്രേസ്യാമ്മ ആശ്വസിച്ചു.

''പ്പോ കണ്ണിന്റെ പ്രശ്നം തീർന്നല്ലോല്ലേ. വേണ്ടാത്തതൊന്നും കാണുന്നില്ലാല്ലോ.''

''അച്ചൻ ലൂസിയ സിസ്റ്ററെ തിരുവസ്ത്രത്തിൽ പിടിച്ചുവലിച്ചു മുറിയിൽ കേറ്റി വാതിൽ അടച്ചിരിക്കുന്നു.''

ത്രേസ്യാമ്മ അതുകേട്ടു ഞെട്ടി നെരൂദയുടെ മുഖത്തേക്ക് നോക്കി. അവൾ അച്ചൻ പോയ വഴിയിലേക്ക് അത്രയുംനേരം കണ്ണെടുക്കാതെ നോക്കിക്കൊണ്ടിരിക്കുകയായിരുന്നു.

''അച്ചൻ മുറീന്ന് ഇറങ്ങി. സിസ്റ്റർ കരഞ്ഞു ബെഡിൽ ഇരിക്കുന്നു. വസ്ത്രം എടുത്തണിഞ്ഞു ബെഡ് ഷീറ്റ് ഫാനിൽ കെട്ടുന്നു.''

''എന്നതൊക്കെയാ കൊച്ചേ വിളിച്ചുപറയുന്നേ, കർത്താവേ ഈ കൊച്ചിനെ കാത്തോണേ.'' ത്രേസ്യാമ്മ വേഗം അവളുടെ വായ പൊത്തി.

അന്നു രാത്രി രണ്ടുമൂന്നു തവണ അവർ അവളുടെ മുറിയിൽ പോയി നോക്കി. അപ്പോഴോക്കെയും അവൾ കണ്ണടയ്ക്കാതെ മുകളിലെ ഫാനിലേക്കു നോക്കി കിടക്കുകയായിരുന്നു. പിറ്റേന്ന് ഐസക്ക് റബ്ബർ ഷീറ്റ് ടൗണിൽ പോയി വിറ്റു തമിഴ്നാട്ടിലെ സ്ഥലവും നോക്കി രണ്ടു ദിവസം കഴിഞ്ഞുവരാമെന്നു പറഞ്ഞു പോയശേഷം ത്രേസ്യാമ്മ വേഗം പള്ളിമേടയിലേക്കു വിവരം അന്വേഷിക്കാൻ പോയി. പക്ഷേ, പേടിച്ചപോലെ ഒന്നും അവിടെ സംഭവിച്ചിട്ടില്ലാത്തതിനാൽ അവർക്ക് ആശ്വാസമായി.

''എല്സീന സിസ്റ്ററെ, ലൂസിയ സിസ്റ്ററിനു സുഖല്ലേ?'' തിരിച്ചു പോരുമ്പോൾ പള്ളിയിൽനിന്നും ആശ്രമത്തിലേക്കു നടക്കുകയായിരുന്ന സിസ്റ്ററെ തടഞ്ഞുനിർത്തി ചോദിച്ചു.

''ലൂസിയ സിസ്റ്റർ കൊയർ ടീമിന്റെ കൂടെ പ്രാക്ടീസ് ചെയ്യുകയാ. കാണണോ, എന്തേലും വിവരം പറയാൻ ഉണ്ടോ?''

''വേണ്ട, സിസ്റ്ററെ പള്ളീല് കണ്ടില്ല, അപ്പോ തിരക്കീതാ.'' അതും പറഞ്ഞു ത്രേസ്യാമ്മ സമാധാനത്തോടെ വീട്ടിലേക്കു നടന്നു.

''ഇനിം ആ കൊച്ച് പ്രാന്തൊന്നും പറയാതിരുന്നാ മതിയാരുന്നു തമ്പുരാനേ.''

പച്ചക്കറിയും മീനും മേടിച്ചു വഴിയിൽ കണ്ടവരോടൊക്കെ വിശേഷവും തിരക്കി ത്രേസ്യാമ്മ വീട്ടിൽ എത്തിയപ്പോഴേക്കും അന്തിയായി.

വീടിന്റെ പടി കടന്നതും ഉമ്മറത്തെ ഇരുട്ടും തിണ്ണയിൽ കത്തിച്ചു വച്ച വിളക്കും കണ്ടതോടെ ത്രേസ്യാമ്മയുടെ മനസ്സിൽ കൊള്ളിയാൻ മിന്നി.

''പിന്നേം തൊടങ്ങിയോ കർത്താവേ.''

ത്രേസ്യാമ്മ പടികേറി തിണ്ണയുടെ വശത്തായി ചാരിനിന്നു.

''ഐസക്കച്ചായൻ ഇരുട്ട് നിറഞ്ഞ ഗർത്തത്തിലേക്കു വീണു. നമ്മടെ വീട്ടിലും ഇരുട്ടായി.'' ഭാവഭേദമില്ലാതെ അതും പറഞ്ഞ് അവൾ വിളക്കൂതി.

അതുകേട്ടു ത്രേസ്യാമ്മ തലകറങ്ങി നിലത്തിരുന്നു.

രണ്ടു ദിവസം കഴിഞ്ഞു ലൂസിയ സിസ്റ്റർ തൂങ്ങിമരിച്ചു എന്ന വാർത്ത നാട്ടിൽ മൊത്തം പരന്നു. സിസ്റ്ററിന് ഉണ്ടായിരുന്ന മാനസിക പ്രശ്നങ്ങളും ആരോടോ ഉണ്ടായിരുന്ന ചുറ്റിക്കളിയും തുടങ്ങി പല കഥകളും നാട്ടിൽ പ്രചരിച്ചപ്പോൾ ത്രേസ്യാമ്മ നെരൂദയോടൊപ്പം വാതിലടച്ചു മിണ്ടാതെ വീട്ടിലിരുന്നു.

ഓരോ ദിവസവും നെരൂദ വിളക്കിന്റെ നാളത്തിലൂടെ നോക്കി പുതിയ കഥകൾ പറഞ്ഞുകൊണ്ടിരുന്നു. ഭർത്താവിനാൽ കൊല്ലപ്പെട്ടവരുടെയും മക്കൾ വിഷം കൊടുത്തും ഉന്തിയിട്ടും കൊന്നവരുടെയും മതപുരോഹിതന്മാരാലും മാന്യന്മാരാലും പീഡിപ്പിക്കപ്പെട്ടവരുടെയും തെളിയാത്ത കഥകൾ! അന്നാട്ടിലെയും അയൽനാട്ടിലെയും പല മാന്യന്മാരും മുഖംമൂടി അഴിച്ചു പിശാചിന്റെ വേഷത്തിൽ അവർക്കു ചുറ്റിലും നൃത്തംവച്ചു. കൊല്ലപ്പെട്ടവരും പീഡിപ്പിക്കപ്പെട്ടവരും നീതിക്കായി അലറിക്കരഞ്ഞു. പൂർണ്ണമായും കാഴ്ച നഷ്ടപ്പെട്ട നെരൂദയുടെ കൂടെ, മിണ്ടാൻ പേടിച്ചു മിണ്ടാട്ടം മുട്ടിയ ത്രേസ്യാമ്മ, റബ്ബർ ഷീറ്റ് വിൽക്കാൻ പോയി തിരിച്ചെത്താത്ത മകനെയും പ്രതീക്ഷിച്ചു വീടിന്റെ ഉമ്മറത്ത് ദൂരേക്കു നോക്കിയിരുന്നു.

■

പ്രതീക്ഷയുടെ വന്മതിൽ

ചൈനയിൽ, ഡോങ്ങ്ചങ്ങ് എന്ന ബൈജിങ്ങിലെ ഒരു സ്ഥലത്തു സ്ഥിതിചെയ്യുന്ന, പ്രശസ്തമായ പെക്കിംഗ് യൂണിയൻ മെഡിക്കൽ യൂണിവേഴ്സിറ്റിയുടെ ഓഫീസിൽനിന്നും വാസുദേവൻ നിരാശ നായി ഇറങ്ങി. ഇരുവശത്തും തണൽമരങ്ങൾ നിറഞ്ഞ വഴിയിലൂടെ നടന്ന് ലൈബ്രറിക്ക് ഇടതുവശത്തുള്ള ബെഞ്ചിൽ നിസ്സഹായനായി ഇരുന്നു. ഭാഷയോ സ്ഥലമോ തീരെ പരിചിതമല്ലാത്ത ബൈജിങ്ങിൽ അയാൾ എത്തിയിട്ട് അന്നേക്കു പത്തു ദിവസം കഴിഞ്ഞു. കൈയിൽ കരുതിയ കാശ് പ്രതീക്ഷിച്ചതിനെക്കാൾ വേഗത്തിൽ തീർന്നുതുടങ്ങി യിരുന്നു. റിട്ടയറായി കിട്ടുന്ന കാശുകൊണ്ട് വിദേശരാജ്യങ്ങൾ സന്ദർശിക്കാം എന്നു ഭാമയോടു പറഞ്ഞിരുന്നതോർത്ത് അയാൾ നെടുവീർപ്പിട്ടു. കാണാൻ ആഗ്രഹിച്ച ലിസ്റ്റിലുള്ള ഒരു രാജ്യത്താണ് ഇപ്പോൾ തന്റെ മകനെ അന്വേഷിച്ച് ഒറ്റയ്ക്ക് എത്തപ്പെട്ടിരിക്കുന്നത്.

''ഇന്നും അവർ അതേ മറുപടി പറഞ്ഞു തിരിച്ചയച്ചു, അല്ലേ?'' ലൈബ്രറിയിൽനിന്നും പുറത്തുവന്ന ലൂസിയ അയാളോടു ചോദിച്ചു.

അയാൾ അവശനും നിസ്സഹായനുമായി തലയിളക്കി. ഇവിടെ വന്നു പത്തു ദിവസത്തിനുള്ളിൽ ഇവൾ മാത്രമാണ് അയാളോടു മിണ്ടാറുള്ളത്. അതിനുള്ള കാരണം അവളുടെ അച്ഛൻ മലയാളി ആയിരുന്നു എന്നതുകൊണ്ടും മലയാളികളോട് അവൾക്കുള്ള മമത കൊണ്ടുമാവാം. ആ രാജ്യത്തെ ആളുകളൊക്കെ മറ്റാരെയും ശ്രദ്ധി ക്കുകയോ നോക്കുകയോ ചെയ്യാതെ, സ്വന്തം കാര്യത്തിൽമാത്രം വ്യാപൃതരായ ഉറുമ്പുകളെപ്പോലെ ഇടംവലം നോക്കാതെ സഞ്ചരിച്ചു.

''എനിക്ക് അറിയുന്നതാണ്. എന്റെ മകനും ഈ കോളേജിലാണ് പഠിച്ചിരുന്നത്.'' പരിചയപ്പെട്ട് ഇത്രയും ദിവസങ്ങൾ ആയെങ്കിലും മകനെക്കുറിച്ച് അവൾ ഇന്നാണ് ആദ്യമായി പറയുന്നത്. അഞ്ചടി ഉയരവും കൊച്ചുകുഞ്ഞിന്റെ മുഖവുമുള്ള അവൾക്ക് അത്രയും വലിയ ഒരു മകൻ ഉണ്ടോ എന്നയാൾ അതിശയപ്പെട്ടു.

''അവൻ ഇപ്പോളും ഇവിടെ പഠിക്കുന്നുണ്ടോ?''

''ഇല്ല, നാലു വർഷങ്ങൾക്കു മുമ്പ് മയക്കുമരുന്ന് വിറ്റ കേസിൽ ജയിലിലായി.''

അയാൾ അതുകേട്ട് അത്ഭുതപ്പെട്ടു. അങ്ങനെയെങ്കിൽ തന്റെ മകന്റെ കൂടെ അതേ ജയിലിൽ ആയിരിക്കുമോ ഇവരുടെ മകനും? വിവരങ്ങൾ അന്വേഷിക്കാൻ ഒരാളായല്ലോ എന്ന ആശ്വാസം അയാളിൽ പടർന്നു.

''എന്നിട്ട് മകനെ അവർ വിട്ടോ? ഇപ്പോൾ എവിടെയാണ്?'' അയാൾ ആകാംക്ഷയോടെ ചോദിച്ചു.

''വിരോധമില്ലെങ്കിൽ വീട്ടിലേക്കു പോരൂ. ഇവിടെനിന്നു സംസാരിക്കുന്നത് അത്ര സേഫ് അല്ല.''

ആ സമയം അവളുടെ ക്ഷണം നിരസിക്കാൻ അയാൾക്കായില്ല. അയാൾ അവളോടൊപ്പം വീട്ടിലേക്കു നടന്നു.

പെക്കിംഗ് യൂണിവേഴ്സിറ്റിയിൽനിന്നും നേരെ പോയി ഓറിയന്റൽ പ്ലാസയും കഴിഞ്ഞു സമാന്തരമായി ഒഴുകുന്ന ടോങ്ങ്സി നദിക്കരികിലൂടെ നടന്നു ജിങ്ങ്ഷാൻ പാർക്കിനടുത്ത ഇടുങ്ങിയ നിരത്തിലൂടെ വീണ്ടും ഏതാണ്ട് പതിനഞ്ചു മിനിറ്റ് നടന്ന് അവളുടെ പഴയ കുഞ്ഞുവീട്ടിലേക്കു കയറിയപ്പോഴേക്കും അയാൾ അവശനായിരുന്നു. തണുപ്പിൽനിന്നും നടന്നുകയറിയതിനാൽ അവൾ തന്റെ കോട്ട് അഴിച്ചു വാതിലിനു പുറകിൽ തൂക്കി അടുക്കളയിൽ കയറി പെട്ടെന്നുതന്നെ അയാൾക്കു പച്ചക്കറി സൂപ്പ് ഉണ്ടാക്കിക്കൊടുത്തു. പത്തു ദിവസമായി വിലകുറഞ്ഞ പലതരം സൂഷികൾ മാത്രം കഴിച്ച അയാൾക്കു ചൂടുസൂപ്പ് നാടൻകഞ്ഞി കുടിച്ച ആശ്വാസം നൽകി. സൂപ്പിന്റെ പാത്രവുമായി അവൾ അയാൾക്ക് എതിർവശത്തായി ഇരുന്നു.

''ഒരിക്കൽ ഞാൻ അച്ഛന്റെ നാട്ടിൽ, കേരളത്തിൽ പോയിട്ടുണ്ട്. ഇവിടെ വ്യാപാരത്തിനായി വന്ന അച്ഛൻ അമ്മയുമായി പ്രണയത്തിലായി കല്യാണം കഴിക്കുകയായിരുന്നു. ഞാൻ കല്യാണം കഴിച്ചത് ഇവിടുത്തുകാരനായ ഫാന്ഗ് ലിയെ. എന്റെ മോൻ, ബിന്ഗവെൻ ഉണ്ടായ ശേഷമായിരുന്നു കല്യാണം. ഹോങ്കോങ്ങിലെ ചൈനീസ് യൂണിവേഴ്സിറ്റിയിൽ പഠിക്കാൻ തുടങ്ങിയ കൊല്ലം പതിനേഴാമത്തെ വയസ്സിൽ അവൻ ഉണ്ടായി. ഇരുപതാം വയസിൽ മോന് മൂന്നു വയസ്സുള്ളപ്പോൾ കല്യാണം.'' അവൾ ചുമരിൽ ഫ്രെയിം ഇട്ടുവച്ചിരിക്കുന്ന കുറെ ഫോട്ടോകൾ അയാൾക്കു ചൂണ്ടിക്കാണിച്ചു. ചൂടുസൂപ്പ് കോരിക്കുടിച്ച് സംസാരിച്ചുകൊണ്ടിരുന്നു.

അവളുടെ അച്ഛന്റെ ഇന്ത്യൻ ഛായ ചൈനീസ് സൗന്ദര്യത്തിൽ അലിഞ്ഞില്ലാതായിരുന്നു. ഇടയ്ക്കു പറയാൻ ശ്രമിക്കുന്ന ഒന്നുരണ്ടു മലയാളം വാക്കുകൾമാത്രം അവളുടെ കേരളീയ ബന്ധം ഉറപ്പിച്ചു. സാധാരണ പറയാൻ ബുദ്ധിമുട്ടുള്ള ചൈനീസ് പേരുകളിൽനിന്നും വ്യത്യസ്തമായ ലൂസിയ എന്ന പേര് ഇവൾക്കു നല്കിയതും ഇന്ത്യൻ ബന്ധം ആയിരിക്കാം

''നിങ്ങളുടെ കുടുംബം?'' അവൾ അയാളെ നോക്കി

''എന്റെ ഭാര്യ ഭാമ, ഒറ്റമകനാ അരവിന്ദ്.'' അയാൾ വികാരാധീന നായി കണ്ണുകൾ പൊത്തി തലതാഴ്ത്തി ഇരുന്നു.

''നല്ല മെഡിക്കൽ കോളേജിൽ ഒന്നും അഡ്മിഷൻ കിട്ടാൻ സാധ്യതയില്ല എന്ന സങ്കടത്തിൽ ഇരിക്കുമ്പോളാണ് അരവിന്ദിന്റെ ഒരു അധ്യാപകൻ ഇവിടുത്തെ പഠനസാധ്യതയെക്കുറിച്ചു പറഞ്ഞത്. നാട്ടിൽ പ്രൈവറ്റ് കോളേജിൽ ചേർക്കുന്നതിനേക്കാൾ ഫീസും കുറവായതിനാൽ കൂടുതൽ ചിന്തിച്ചില്ല. ഭാമ കരഞ്ഞുപറഞ്ഞെങ്കിലും വിദേശത്തുപോയി പഠിക്കുന്നതിന്റെ ഗുണങ്ങൾ പറഞ്ഞ് അവളെ സമ്മതിപ്പിച്ച് മോനെ ഇവിടെ ചേർത്തു. എന്നിട്ടിപ്പോ...'' തടഞ്ഞു നിർത്താനാകാതെ അയാളുടെ കണ്ണിൽനിന്നും കണ്ണുനീർ ധാരധാര യായി പ്രവഹിച്ചു.

''നിങ്ങൾ എന്തുകൊണ്ടാണ് ഇവിടെ എത്താൻ ഇത്രയും വൈകിയത്?''

''ജയിലിലായപ്പോൾ തൊട്ട് പലതരത്തിൽ അവനെ രക്ഷിക്കാൻ ശ്രമിച്ചു. ഒരുപാട് പൈസ കടം മേടിച്ചും സ്ഥലം വിറ്റും കൊടുത്ത് ഒന്നും നടക്കാതെ ആയപ്പോളാണ് നേരിട്ടുവന്നത്.'' അതു പറഞ്ഞു കഴിഞ്ഞതും അയാൾ നിർത്താതെ ചുമച്ചുകൊണ്ടിരുന്നു.

''എന്റെ മകനെയും ഒരുപാട് പ്രതീക്ഷയോടെയാണ് ഞാൻ അവിടെ ചേർത്തത്. അവനുവേണ്ടിയാണ് ഇങ്ങോട്ടു ജോലിയും താമസവും മാറ്റിയത്.'' അവൾ സങ്കടത്തോടെ പറഞ്ഞു.

''എന്നിട്ട് മകൻ ജയിൽമോചിതനായില്ലേ?'' അയാൾ ചോദിച്ചു.

''അവനെ ജയിലിൽനിന്നും ഇറക്കാൻ ആവുന്നത്ര ശ്രമിച്ചെങ്കിലും നടന്നില്ല. അവൻ അവിടെ പഠിച്ചിരുന്നു എന്ന രേഖ പോലും ഇല്ല.''

''അതുതന്നെയാണ് അവരെന്നോടും പറഞ്ഞത്. അതെന്തു കൊണ്ടാണ്?''

''പല രാജ്യത്തുനിന്നും ഒട്ടനവധി കുട്ടികൾ പൈസ മുടക്കി

അവിടെ പഠിക്കാൻ വരുന്നതുകൊണ്ട് അവർ ആ കേസ്സിൽപ്പെട്ട കുട്ടികളെ അവരുടെ ലിസ്റ്റിൽനിന്നും മാറ്റി.''

''എന്റെ മോനും അതിൽ ഉണ്ട്. പക്ഷേ, അതെങ്ങനെ അവർ ഒരു കുട്ടി അവിടെ പഠിച്ചിട്ടില്ല എന്നു പറയുന്നു.''

''രണ്ടു വർഷത്തിൽ കൂടുതൽ അവിടെ ജോലിചെയ്ത എനിക്ക് അവൻ അവിടെ പഠിച്ചു എന്ന രേഖ തരപ്പെടുത്താൻ സാധിച്ചില്ല. എന്നിട്ടാണ് നിങ്ങൾക്ക്.'' അവൾ നിസ്സഹായനായ അയാളെ നോക്കി.

''എനിക്ക് എന്റെ മോനെ എങ്ങനെയെങ്കിലും രക്ഷിക്കണം. അവന്റെ അമ്മ നാട്ടിൽ അവനെ കാത്തിരിക്കുന്നു.'' അയാളുടെ കണ്ണുകൾ നിറഞ്ഞു.

''ഇവിടെ മയക്കുമരുന്ന് വിൽപ്പനയിൽ പിടിക്കപ്പെട്ടാൽ പുറത്തിറങ്ങാൻ പാടാണ്. മാത്രവുമല്ല, പിന്നീട് പലർക്കും എന്തു സംഭവിക്കുന്നു എന്നുകൂടി അറിയില്ല.''

''എന്റെ മകൻ അങ്ങനെ മയക്കുമരുന്ന് ഉപയോഗിക്കുകയോ വിൽക്കുകയോ ചെയ്യില്ല. അവർക്ക് ആള് മാറിപ്പോയതാണ്.''

''വിഷമിക്കണ്ട, എനിക്ക് അറിയുന്ന ഒരു പൊലീസുകാരൻ ഉണ്ട്, അന്വേഷിക്കാം.'' അയാളുടെ വിഷമം കണ്ട് അവൾ പറഞ്ഞു.

''നിങ്ങൾ എവിടെയാണ് താമസം? വിരോധമില്ലെങ്കിൽ ഇവിടെ കൂടാം. ഞാൻ ഇവിടെ ഒറ്റയ്ക്കാണ്.''

കൈയിലുള്ള പൈസ തീർന്നുതുടങ്ങിയതിനാലും എത്ര ദിവസം അവിടെ തങ്ങാനാകും എന്ന പേടിയിലായിരുന്നതിനാലും മകനെക്കുറിച്ച് കൂടുതൽ അറിയാൻ അവളുടെ സഹായം ആവശ്യമാകും എന്നതിനാലും അവളുടെ കൂടെ തങ്ങാൻ അയാൾ തീരുമാനിച്ചു. അന്യരാജ്യക്കാരിയായ ഒരു സ്ത്രീയുടെ കൂടെ കഴിയുന്നതിന്റെ ഔചിത്യമില്ലായ്മ അത്തരമൊരവസ്ഥയിൽ വളരെ സാധാരണക്കാരനായ അയാളെ അലട്ടിയില്ല.

അന്നു നേരം ഇരുട്ടുന്നതുവരെ അവിടുത്തെ നിയമങ്ങളെക്കുറിച്ചും മകനെ കാണാനുള്ള സാധ്യതകളെക്കുറിച്ചും ഒരു വക്കീലിനെപ്പോലും ഏർപ്പാടാക്കാൻ ആവാത്ത നിസ്സഹായതയെക്കുറിച്ചുമൊക്കെ അവർ സംസാരിച്ചു. ആ വീട്ടിലെ ചെറിയ സ്വീകരണ മുറിയിലെ സോഫയിൽ വാസുദേവൻ ഉറക്കമില്ലാതെ തിരിഞ്ഞും മറഞ്ഞും കിടന്നു. അവൾ ആ വീട്ടിൽ ആകെയുള്ള ഒരു മുറിയിലെ മൂലയ്ക്കായുള്ള കുഞ്ഞു അലമാരയിൽനിന്നും പുതപ്പെടുത്ത് അയാൾക്കു കൊടുത്ത് തന്റെ മുറിയിൽ പോയി കിടന്നു.

''സാവോ ഷാന്ഗ് ഹാഓ.''* അവൾ ഒരു പാത്രത്തിൽ ചൈനീസ് വിഭവം വിളമ്പി ചെറിയ മേശയിൽവച്ച് അയാളുടെ മുന്നിൽ കൊണ്ടുവന്നു വച്ചു.

അയാൾ സോഫയിൽ എഴുന്നേറ്റിരുന്ന് ആ വിഭവത്തിലേക്കു സൂക്ഷിച്ചുനോക്കി.

''ഡിം സം, ആവിയിൽ പുഴുങ്ങി എടുക്കുന്നതാണ്. നല്ല രുചിയാണ്. കഴിച്ചുനോക്കൂ.'' അവൾ പുഞ്ചിരിയോടെ പറഞ്ഞു.

തീരെ വിശപ്പ് തോന്നുന്നില്ലെങ്കിലും അവളെ വിഷമിപ്പിക്കണ്ട എന്നു കരുതി അയാൾ അതിൽനിന്നും ഒന്നെടുത്തു കഴിച്ചു. ബാക്കി കൂടി അവൾ അയാളെ നിർബന്ധിച്ചു കഴിപ്പിച്ചു.

''ഇനി വേഗം തയ്യാറാവൂ. നമുക്കിന്നു ജയിലിൽ പോയി കാര്യങ്ങൾ അന്വേഷിക്കാം.'' അതു കേട്ടതോടെ അയാൾ ഉത്സാഹത്തിൽ ചാടിയെഴുന്നേറ്റ് വേഗം പോകാൻ തയ്യാറായി.

അവളുടെ പരിചയത്തിലുള്ള പൊലീസുകാരൻ പറഞ്ഞതനുസരിച്ച് അയാളും അവളും ജയിലിലേക്കു പുറപ്പെട്ടു. ജയിൽ വാർഡനെ കാണാനുള്ള അനുവാദം കിട്ടിയതിനാൽ അവർ അവരുടെ ഓഫീസിലേക്കു കയറി.

''ഇയാൾ മകനെ അന്വേഷിച്ച് ഇന്ത്യയിൽനിന്നു വന്നതാണ്. മകൻ പഠിക്കാനായി അഞ്ചുവർഷം മുമ്പ് ഇവിടെ വന്നു മയക്കുമരുന്നു കേസിൽ ജയിലിലായതാണ്. കാണാൻ സമ്മതിക്കണം.'' അവൾ അവരുടെ ഭാഷയിൽ അയാളോടു പറഞ്ഞു.

''മകന്റെ പേരെന്താണ്?''

''അരവിന്ദ്.''

അയാൾ തീരെ താല്പര്യം ഇല്ലാത്ത മട്ടിൽ മുന്നിലിരിക്കുന്ന കമ്പ്യൂട്ടർ സ്ക്രീൻ സ്ക്രോൾ ചെയ്ത് അരവിന്ദിന്റെ വിവരങ്ങൾ തിരഞ്ഞു.

''നിങ്ങളുടെ മകന്റെ പേരും പറയു. അനുവദിച്ചാൽ അവനെയും കാണാമല്ലോ.'' വാസുദേവൻ അവളോടു പറഞ്ഞു

അവൾ അതു കേൾക്കാത്തപോലെ, ലിസ്റ്റ് പരിശോധിക്കുന്നതിൽ മാത്രം ശ്രദ്ധിച്ച് ഇരുന്നു.

''നിങ്ങളുടെ മകനെ, മയക്കുമരുന്ന് കിട്ടാത്തതിനാൽ കൂടെയുള്ളവരെ

---

* ഗുഡ് മോർണിംഗ്

ആക്രമിച്ചതിനു മാസങ്ങൾക്കുമുമ്പ് റിഹാബിലിറ്റേഷൻ സെന്ററിലെ സ്പെഷ്യൽ സെല്ലിലേക്കു മാറ്റിയിരുന്നു.''

അതു കേട്ടതും അവൾ അയാളുടെ കൈ പിടിച്ചുവലിച്ചു തിരിച്ചു നടന്നു.

അയാൾ കാര്യമറിയാതെ അവൾക്കു പുറകെ നടന്നു.

''എന്തുപറ്റി? ആ ജയിൽ എവിടെ എന്നു ചോദിക്ക്. നമുക്ക് അവിടെ പോകാം.''

അവൾ ഒന്നും മിണ്ടാതെ വേഗത്തിൽ നടന്നു.

''എനിക്ക് എന്റെ മകനെ കാണണം. അവനെ എങ്ങിനെയെങ്കിലും രക്ഷിച്ചു തിരിച്ചു കൊണ്ടുപോകണം.''

''നിങ്ങളുടെ മകൻ മരിച്ചു എന്നു വിശ്വസിക്കുന്നതാണ് നിങ്ങൾക്കും അവനും ഇനി നല്ലത്.'' അവൾ അതു പറഞ്ഞ് മുന്നിൽ നടന്നു.

അയാൾ ആ തണുപ്പിലും വിയർത്തുകുളിച്ച് വഴിയിൽ നിലത്തിരുന്നു.

അവൾ തിരിച്ചുവന്ന് അയാളെ എണീപ്പിച്ച് കുറച്ചപ്പുറത്തുള്ള ബെഞ്ചിൽ ഇരുത്തി തോളിലൂടെ കൈയിട്ടു തന്നിലേക്ക് അടുപ്പിച്ച് ആശ്വസിപ്പിച്ചു. ''സത്യം ചിലപ്പോൾ കയ്പുള്ളതാവാം. പക്ഷേ, അത് അംഗീകരിച്ചേ പറ്റൂ. ഇത്തരം കേസിൽ അകപ്പെട്ടുപോയാൽ പിന്നെ നമ്മളെപ്പോലുള്ളവർക്ക് അവരെ രക്ഷിക്കാൻ പ്രയാസമാണ്.''

''അപ്പോൾ നിന്റെ മോൻ?''

''അവൻ കഴിഞ്ഞ കൊല്ലം ജയിലിൽ വച്ച് മരിച്ചു.'' അവൾ നിർവികാരയായി പറഞ്ഞു.

അതുവരെയുള്ള പ്രതീക്ഷകളെല്ലാം അറ്റുപോയ ഒരുവനെപ്പോലെ ഭാരമില്ലാതെ അയാൾ അവളുടെ വീട്ടിലേക്കു നടന്നു.

ആറു വർഷങ്ങൾക്കുമുമ്പ് മകനെ വിദേശത്തേക്കു പഠിക്കാൻ അയയ്ക്കാം എന്ന തീരുമാനമെടുത്തതിൽ പലവുരു അയാൾ തന്നെത്തന്നെ ശകാരിച്ചു. നെഞ്ചുപൊട്ടി ഉറക്കെ കരഞ്ഞു.

അവൾക്കയാളോട് അതിയായ സഹതാപം തോന്നി. അവളുടെ സുഹൃത്തായ പൊലീസുകാരനെ വിളിച്ചു വീണ്ടും കാര്യങ്ങൾ പറഞ്ഞപ്പോൾ അതിൽ കൂടുതലായി ഒന്നും അയാൾക്കു ചെയ്യാനാകില്ലെന്നു മനസ്സിലായി.

''നമുക്ക് നാളെ ഒരു സ്ഥലത്തു പോകാം. ഏതായാലും ഈ നാട്ടിൽ വന്നതല്ലേ, ആ സ്ഥലം കാണാതെ പോകരുത്. അവിടുത്തെ

കാഴ്ചകൾ നിങ്ങൾക്ക് ആശ്വാസമേകിയേക്കാം.'' അവൾ അയാൾക്കരികിൽ ഇരുന്നു.

''ഞാൻ സ്ഥലം കാണാൻ വന്നതല്ല. എന്റെ മകനെ തിരിച്ചു കൊണ്ടുപോകാൻ വന്നതാണ്'' എന്നു പറയണമെന്നുണ്ടെങ്കിലും അത്യന്തം മാനസികമായി ക്ഷീണിതനായതിനാൽ കൊച്ചുകുഞ്ഞിനെപ്പോലെ അയാൾ സോഫയിൽ ചുരുണ്ടുകൂടിക്കിടന്നു ദയനീയതയോടെ അവളെ നോക്കി.

''ജീവിതത്തിൽ വന്നുചേരുന്ന ഇത്തരം അവസ്ഥകളെ നമുക്ക് തടുക്കാനാവില്ല. ഇവിടെനിന്നും കുറച്ചു സന്തോഷമെങ്കിലും തിരിച്ചു കൊണ്ടുപോകൂ. ദുഃഖം അൽപ്പമെങ്കിലും കുറയ്ക്കാൻ ആ ഓർമ്മകൾ ഉപകരിച്ചേക്കാം.'' അവൾ അയാൾക്കരികിൽ ഇരുന്നു പതിയെ നെറ്റി തടവി.

സ്ഥിരമായി അവിടുത്തെ ജയിലിന്റെ ഭീകരമായ ഇരുട്ടറകളിൽ പെട്ടുപോകുന്ന ആളുകൾക്കിടയിൽ തന്റെ മകന്റെയും മുഖം ഓർത്ത് അയാൾ ഹൃദയം തകരുന്ന സങ്കടത്തോടെ അവളെ നോക്കി.

''എത്രയും വേഗം നിങ്ങളുടെ മകൻ മരിക്കാൻ പ്രാർത്ഥിക്കണം. ആ ജയിലിലെ ഓരോ നിമിഷവും അവനു കഠിനമാണ്. ചിലപ്പോൾ അവൻ മരിച്ചുപോയിട്ടുമുണ്ടാകാം.'' അവൾ യാതൊരു മുഖവുരയും കൂടാതെ പറഞ്ഞു.

അതുകേട്ടു ദേഹമാസകലം വിറച്ചു ചുരുണ്ടുകൂടവേ ഈ ലോകത്തിലെ ഏറ്റവും നിസ്സഹായനായ അച്ഛൻ താനാണെന്ന് അയാൾക്കു തോന്നി.

''നിനക്കെങ്ങനെ സന്തോഷമായിട്ടിരിക്കാനാവുന്നു?'' അയാൾ വിറയാർന്ന ചുണ്ടുകളോടെ പറഞ്ഞൊപ്പിച്ച് അവളെ നോക്കി.

''ആരുമില്ലാതാകുമ്പോൾ, പ്രതീക്ഷകളും ഇല്ലാതാകുമ്പോൾ നാം നമുക്കുവേണ്ടി ജീവിക്കാൻ പഠിക്കുന്നു. അപ്പോൾ കൊച്ചു കൊച്ചു കാര്യങ്ങളിൽവരെ സന്തോഷം കണ്ടെത്താൻ പറ്റുന്നു.'' അവൾ അടുക്കളയിൽ തൂക്കിയിട്ടിരുന്ന ഉണക്കമത്സ്യം എടുത്തു ചെറിയ കഷണങ്ങളായി നുറുക്കി ഭരണിയിൽ നിറച്ചുകൊണ്ടിരുന്നു.

പിറ്റേന്നു രാവിലെ അവൾ അയാൾക്കായി ഉണ്ടാക്കിയ ഡമ്പ്ലിങ്ങും മത്തൻ സൂപ്പും കഴിച്ച് അവർ അവൾ പറഞ്ഞ മലനിരകളിലേക്കു പുറപ്പെട്ടു. രണ്ടുവശത്തും വലിയ മരങ്ങൾ വഴികാട്ടുന്ന ഇടുങ്ങിയ വഴിയിലൂടെ അവർ മുകളിലേക്കു നടന്നുകയറി. കുറച്ചു കയറ്റം കയറിയപ്പോഴേക്കും മാനസികവ്യഥയാൽ അയാൾക്കു സ്വയം

ഭാരക്കൂടുതൽ അനുഭവപ്പെട്ടു. സമാനമായ ദുഃഖത്തിലൂടെ കടന്നുപോയിട്ടും അവൾക്കെങ്ങനെ അനായാസമായി കാഴ്ചകൾ ആസ്വദിച്ചു നടക്കാനാവുന്നു എന്നോർത്ത് അയാൾ അവളെ നോക്കി ക്ഷീണത്തോടെ അടുത്തുള്ള ഒരു മരത്തിൽ ചാരിനിന്നു.

''ഇത്രയും സുന്ദരമായ സ്ഥലത്തുവന്നിട്ട് നിങ്ങൾ മനോഹരമായ ഓർമ്മകൾകൊണ്ട് മടങ്ങണം. സങ്കടകരമായ ഓർമ്മകളുടെ കാഠിന്യം കുറയ്ക്കാൻ ഈ ദൃശ്യങ്ങൾക്കാവും ഉറപ്പ്.''

അവൾ ഓവർകോട്ട് അഴിച്ച് അരയിൽ കെട്ടി പ്രകൃതിസൗന്ദര്യം തന്നിലേക്കാവാഹിക്കുന്നപോൽ കൈകൾ നിവർത്തിവച്ച് തലയുയർത്തിനിന്നു. പിന്നീട് കുഞ്ഞുകണ്ണുകൾ ഇറുക്കി അയാളെ നോക്കി ചിരിച്ചു. തോളൊപ്പം വെട്ടിയ കോലൻമുടിയും അധികം തടിച്ചതല്ലാത്ത ശരീരവും സദാ ചിരിക്കുന്നെന്നു തോന്നിക്കുന്ന മെലിഞ്ഞ ചുണ്ടും ആദ്യമായി കാണുന്നതുപോലെ അയാൾ അവളെ നോക്കി.

കുത്തനെയുള്ള, കുഞ്ഞുപൂക്കൾ നിറഞ്ഞുനിൽക്കുന്ന, മലയുടെ മുകളിലേക്ക് അയാൾ അവളോടൊപ്പം നടന്നുകയറി. ഏറ്റവും മുകളിൽ നിന്നാൽ ആ നാടിന്റെ ഭംഗി മൊത്തം ഒരു കാൻവാസിൽ വരച്ചെടുത്തപോലെ മനോഹരമായ സ്ഥലം. ഇളംതണുപ്പാർന്ന കാറ്റ് അയാളെ വന്നുമൂടി. ദിവസങ്ങളായി അഗാധമായ ദുഃഖത്തിലും മാനസിക സംഘർഷത്തിലുമായതിനാൽ അഞ്ചു മുതൽ പത്തു ഡിഗ്രി തണുപ്പുള്ള പ്രഭാതങ്ങളിൽവരെ അയാൾ ദേഹം പൊള്ളുന്ന ചൂടിനാൽ വിയർത്തിരുന്നു. അവിടെ വന്ന് അന്നാദ്യമായി ആ മലമുകളിലെ കാറ്റ് അയാളെ കുളിരണിയിപ്പിച്ചു. അവൾ പറഞ്ഞപോലെ അത്രയും ദിവസത്തെ മാനസികവിഷമം ചെറുതായി കുറഞ്ഞതായി അയാൾക്കു തോന്നി. എത്രനേരമെന്നറിയാതെ ആ കാഴ്ചകൾ കണ്ടു ചുറ്റി നടന്നശേഷം അവളുടെ കൈപിടിച്ച് അയാൾ ആ മലയിറങ്ങി. ബസ്സിറങ്ങി നിറയെ മഞ്ഞനിറമാർന്ന ഇലകൾ പൊഴിഞ്ഞുകിടക്കുന്ന മരങ്ങൾക്കിടയിലൂടെ അവർ നടന്നു. കുറേ മാസങ്ങളായി ദുഃഖം ഘനീഭവിച്ച മനസിന് എങ്ങനെ ആശ്വാസം കിട്ടി എന്നയാൾ അത്ഭുതപ്പെട്ടു.

''ഇവിടെ വന്നവർ കാണേണ്ട ഒരു സ്ഥലവും കഴിക്കേണ്ട ഒരു ഭക്ഷണവും ഉണ്ട്.'' അവൾ അതും പറഞ്ഞ് അയാളെയും കൂട്ടി റോഡിന്റെ ഒരു വശത്തായുള്ള കുഞ്ഞു റെസ്റ്റോറന്റിലേക്ക് കയറി, രണ്ടുപേർക്കിരിക്കാവുന്ന മേശയ്ക്കിരുവശവും ഇരുന്നു.

''മാ പോ ടോഫു.'' അവൾ ഓർഡർ എടുക്കാൻ വന്ന സ്ത്രീയോടു പറഞ്ഞു.

''ഭക്ഷണം കിട്ടാൻ അരമണിക്കൂറോ അതിൽ കൂടുതലോ എടുക്കും. ആ നേരം ഈ വിഭവത്തിനു പുറകിലെ കഥ നിങ്ങളോടു പറയാം.'' അവൾ കഥ പറയാൻ തുടങ്ങി.

''സിചുവാനിലെ ചെൻ എന്നു പേരുള്ള ഒരു മുത്തശ്ശിയാണ് 'മാ പോ ടോഫു' ആദ്യമായി ഉണ്ടാക്കിയത്. ചെന്നിന്റെ മുഖം വസൂരി ക്കലകളാൽ വളരെ വികൃതമായിരുന്നത്രെ. ചൈനീസ് ഭാഷയിൽ 'മാ' എന്നാൽ വടുക്കളുള്ള എന്നും 'പോ' എന്നാൽ മുത്തശ്ശി എന്നുമാണ് അർത്ഥം. അതിനാൽ ആ വിഭവത്തിന് 'മാ പോ ടോഫു' എന്ന പേരു വന്നു. ഈ വിഭവം പിന്നീട് ഞങ്ങൾ, ചൈനക്കാരുടെ ഇഷ്ടഭക്ഷണമായി മാറി. ഇതെല്ലാം നൂറു വർഷങ്ങൾക്കു മുമ്പ് നടന്ന കാര്യമാണ്.'' കൂടുതൽ ഇംഗ്ലീഷും കുറച്ചു മലയാളവും ചൈനീസും കലർന്ന അവളുടെ കഥ അയാൾ കേട്ടുകൊണ്ടിരുന്നു.

കുറച്ചു സമയത്തിനുശേഷം അവൾ പറഞ്ഞ അവരുടെ സ്പെഷ്യൽ വിഭവം ചൂടോടെ മേശമേൽ എത്തി. പലതരം ധാന്യങ്ങളും ഇറച്ചിയും സോസുകളും ചേർത്ത കറിപോലെ തോന്നിച്ചു ആ വിഭവം.

''ഹാ ഓ ചി മാ? (രുചി തോന്നിയോ?)'' അവൾ അയാളോടു ചോദിച്ചു.

അത്ര രുചികരമായി തോന്നിയില്ലെങ്കിലും അവളെ സന്തോഷി പ്പിക്കാനായി അയാൾ തലകുലുക്കി 'രുചിയുണ്ട്' എന്നു പറഞ്ഞ് പ്ലേറ്റിൽ വിളമ്പിയതു മുഴുവനായും കഴിച്ചു.

അവിടെനിന്നും ബസ്സിൽ കയറി ചൈനയിലെ പ്രസിദ്ധമായ വന്മ തിലിന്റെ അടുത്ത് അവർ ഇറങ്ങി. സൂര്യൻ അസ്തമിക്കുന്നതുവരെ അവർ അതിലൂടെ നിശ്ശബ്ദരായി ചുറ്റിനടന്നു.

''വന്മതിൽ തുടങ്ങുന്നത് ഇവിടെനിന്നാണെന്നു ചിലർ കരുതുന്നു, വേറെ ചിലർ ഈ മതിൽ ഇവിടെയാണ് അവസാനിക്കുന്നതെന്നു പറയുന്നു. അവസാനിച്ചു എന്നു കരുതുന്നിടത്തുനിന്നാകാം ചില പ്പോൾ തുടങ്ങുന്നത്, ഇതുപോലെയാണ് ജീവിതവും.'' കടലിലേക്കു തള്ളിനിൽക്കുന്ന വന്മതിലിന്റെ ഭാഗം ചൂണ്ടിക്കാണിച്ച് അവൾ പറഞ്ഞു.

''പ്രതീക്ഷകളറ്റിടത്തുനിന്നും ഇനിയൊരു തുടക്കമുണ്ടാകുമോ?'' അയാൾ അവളെയും കടലിലേക്കു തള്ളിനിൽക്കുന്ന വന്മതിലിനെയും നോക്കിനിന്നു.

രണ്ടു ദിവസത്തിനുള്ളിൽ അയാൾക്കു നാട്ടിലേക്കു മടങ്ങേണ്ടി യിരുന്നു. ആ ദിവസങ്ങളിൽ മകന്റെ കാര്യങ്ങൾ ഒന്നും സംസാരി ക്കാതെ അവർ സ്ഥലങ്ങൾ ചുറ്റിക്കാണുക മാത്രം ചെയ്തു. തിരിച്ചു

മടങ്ങവേ അതിശൈത്യത്തിൽ ഉപയോഗിക്കുന്ന നീലയും വെള്ളയും നൂലുകളാൽ സ്വയം നെയ്ത സ്വെറ്റർ അവൾ അയാൾക്കു സമ്മാന മായി നൽകി. പിന്നീടുള്ള ജീവിതത്തിൽ തനിക്കൊരിക്കലും ഉപ കാരപ്രദമാവില്ല എങ്കിലും അതയാൾ അതീവശ്രദ്ധയോടെ മടക്കി നെഞ്ചോടു ചേർത്തുപിടിച്ചു. അയാൾ തിരിച്ചുവരില്ല എന്ന് ഉറപ്പാ ണെങ്കിലും വീണ്ടും കാണാം എന്നുപറഞ്ഞ് അവൾ അയാൾക്കു യാത്രാമംഗളം നേർന്നു.

ബോർഡിംഗ് പാസ്സുമായി തന്റെ സീറ്റിലേക്ക് നടക്കുമ്പോൾ; കാലുകൾ വിറയ്ക്കുന്നത് തണുപ്പുകൊണ്ടല്ല എന്ന് അയാൾ തിരി ച്ചറിഞ്ഞു. സീറ്റിൽ തലചേർത്ത് ഇരിക്കുമ്പോൾ ജാലകച്ചില്ലിലൂടെ ഒലിച്ചിറങ്ങുന്ന മഞ്ഞുതുള്ളികൾക്കിടയിലൂടെ ദൂരെ, ഒരു കറുത്ത വരപോലെ. വന്മതിൽ!

■

ലാറോസായിലെ പ്രണയത്തിന്റെ പതിനാറാം ദിനം

നീലഗിരിക്കുന്നിലെ വളഞ്ഞുപുളഞ്ഞു പോകുന്ന മഞ്ഞുമൂടിയ റോഡിൽനിന്നും ഇടതുവശത്തേക്കുള്ള വീതികുറഞ്ഞ വഴിയിലൂടെ ഏതാണ്ട് രണ്ടു കിലോമീറ്റർ ഉള്ളിലേക്കു പോയാൽ മനോഹരമായ അരുവിയോടു ചേർന്നുകിടക്കുന്ന ലാറോസ എന്ന റിസോർട്ട് കാണാം. പച്ചപ്പു നിറഞ്ഞു പ്രകൃതിഭംഗിയിൽ കുളിച്ചുനിൽക്കുന്ന ആ റിസോർട്ട് ഏതോ ക്യാൻവാസ് പെയിന്റിംഗ് പോലെ തോന്നിച്ചു.

കാർ ഗേറ്റ് കടന്നു റിസപ്ഷനും റെസ്റ്റോറന്റുമുള്ള ഏരിയയിൽ ഒതുക്കിയിട്ടതും രാഗിണി കാറിൽനിന്നും ഇറങ്ങി പ്രഭാതസൂര്യന്റെ സ്വർണ്ണനിറത്തിൽ തിളങ്ങിനിൽക്കുന്ന പ്രകൃതിസൗന്ദര്യത്തിലേക്ക് ഇറങ്ങിനടന്നു. വള്ളികൾ ഊഞ്ഞാലുകെട്ടിയ മരങ്ങൾക്കിടയിലൂടെ നടന്ന് അവൾ ചെറിയ അരുവിക്കു മുകളിലെ കുഞ്ഞുമരപ്പാലത്തിൽ എത്തിയതും അയാൾ തന്റെ ബാഗും പിടിച്ച് പുറകെ എത്തി.

‘‘ദേവ്, നിനക്കീ സ്ഥലം ഇഷ്ടമായോ?’’ അവൾ അയാളുടെ മുഖത്തേക്കു നോക്കി.

ആദ്യം തിരുത്താൻ നോക്കിയെങ്കിലും തന്റെ പേര് അതുതന്നെ എന്ന് ഉറപ്പിച്ചപോലെ അയാൾ അലസമായി മുഖത്തേക്കു വീണുകിടന്നിരുന്ന തലമുടി ഒതുക്കി തലകുലുക്കി പുഞ്ചിരിച്ചു.

‘‘നിറയെ പച്ചപ്പും അരുവിയും നനുത്ത കാറ്റുമുള്ള ഈ സ്ഥലത്തെ ആരും പ്രണയിച്ചുപോകും.’’ അവൾ ആ സ്ഥലത്തിന്റെ ഭംഗി ആസ്വദിച്ച് പാലത്തിന്റെ കൈവരികളിൽ പിടിച്ചു ചുറ്റിലും തിരിഞ്ഞു.

അപ്പോഴേക്കും സുനീത് റിസപ്ഷനിൽനിന്നും കോട്ടേജിന്റെ കീ വാങ്ങി അവളുടെ പെട്ടി ഉരുട്ടി അതിനു മുകളിൽ ബാഗും വച്ച് അവിടെ എത്തി.

‘‘രാഗിക്ക് സ്ഥലം ഇഷ്ടമായല്ലോല്ലേ. നിനക്ക് ഈ സ്ഥലം ഇഷ്ടപ്പെടും എന്ന് ഉറപ്പുള്ളതുകൊണ്ടാണ് തിരക്കുള്ള സമയം ആയിട്ടും

ഇവിടുത്തെ സ്പെഷ്യൽ കോട്ടേജ് നിനക്കുവേണ്ടി ബുക്ക് ചെയ്തത്.'' അയാൾ മുന്നോട്ടുനടന്നു കീ എടുത്തു കോട്ടേജ് തുറന്നു.

''നിന്റെ ചോയ്സ് തെറ്റാറില്ലല്ലോ സുനീത്, എന്നെ ഇത്രത്തോളം മനസ്സിലാക്കിയ മറ്റൊരു സുഹൃത്തും ഇല്ല.'' അവൾ മനോഹരമായി ചിരിച്ചു പാട്ടുമൂളി കൈകൾ താളത്തിൽ ആട്ടി മുന്നോട്ടുനടന്നു.

''നിനക്ക് ഹോമിലി ഫുഡ് നിർബന്ധമല്ലേ, അതുകൊണ്ട് ഒരു സ്ത്രീയെ ഏർപ്പാടാക്കിയിട്ടുണ്ട്. അവർ ഇന്ന് ഉച്ചയാകുമ്പോഴേക്കും എത്തും'' എന്നു പറഞ്ഞു പെട്ടികൾ അകത്ത് ഒതുക്കിവച്ച് സുനീത് പുറത്തേക്കിറങ്ങി.

''ഇന്നുതന്നെ ഒന്നുരണ്ടു വർക്ക് ചെയ്തുതീർക്കാനുണ്ട്. കഥാ കാരിക്ക് ഭാവന ഉണർന്നു പ്രണയകഥകൾ രചിക്കാൻ ആശംസ കൾ.'' ഒരു കൈ നെഞ്ചിൽവച്ച് മറുകൈ നീട്ടിപ്പിടിച്ചു കുമ്പിട്ടു ചിരിയോടെ അതും പറഞ്ഞ് അയാൾ തിരിഞ്ഞുനടന്നു.

അന്ന് ലാറോസായിലെ അവരുടെ പതിനാറാം ദിനമായിരുന്നു. വെള്ളയിൽ ഇളംനിറമാർന്ന പൂക്കൾ നിറഞ്ഞ മെത്തമേൽ റോസ് നിറമാർന്നൊരാമ്പൽപോലെ അവൾ അവനെ കാത്തുകിടന്നു. അവന്റെ പരിലാളനങ്ങളും സ്നേഹമൂറുന്ന വാക്കുകളും കേട്ടുകൊണ്ടാണ് അവളുടെ ദിവസം തുടങ്ങാറ്. ആലസ്യത്തോടെ കമിഴ്ന്നുകിടന്നു തല ഉയർത്തി അവൾ വാതിലിനു പുറത്തേക്കു നോക്കി. സമയം എട്ടരയാകുന്നു. ഇയാളിതെവിടെപ്പോയി?

തുറന്നിട്ട പകുതി ജനൽപാളികളിലൂടെ വരുന്ന കാറ്റ് വെള്ള യിൽ പൂക്കളുള്ള നൈലോൺ കർട്ടനുകളിൽ നൃത്തം വയ്ക്കുന്നു. അവൾ എണീറ്റ് ജനലിലൂടെ പുറത്തേക്കു നോക്കി. സാധാരണ പൂന്തോട്ടത്തിൽനിന്നും തനിക്കിഷ്ടപ്പെട്ട പൂവുകൾ പറിച്ചുകൊണ്ടാണ് അയാൾ അരികിൽ എത്താറുള്ളത്. നെറ്റിയിലോ കാൽപാദങ്ങളിലോ ചുംബിച്ചു കൈവിരലുകളാൽ സംഗീതം മീട്ടി അതിമനോഹരമായ ശബ്ദത്തിൽ സ്നേഹത്തോടെ തന്നെ വിളിച്ചുണർത്തും. ആ സ്നേഹം കുറച്ചുകൂടി ലഭിക്കാൻ അവൾ കണ്ണുമടച്ചു കിടക്കും. അവസാനം വിരലുകൾ കൈവെള്ളയിൽ നൃത്തം കളിച്ചു തുടങ്ങുമ്പോൾ അവൾ ഇക്കിളിയോടെ ചിരിച്ചു കണ്ണുകൾ തുറക്കും. പിന്നീട് ഉറങ്ങാനായി തന്റെ മുറിയിൽ കയറുന്നതുവരെ ഓരോ കാര്യത്തിലും അയാൾ നിഴലുപോലെ സ്നേഹസാന്നിധ്യമായി കൂടെയുണ്ടാകും. കിടക്ക യിൽ കിടന്നു പതുപതുത്ത പുതപ്പെടുത്തു വയറിനു മുകളിൽവരെ മൂടി നെറ്റിയിൽ ചുംബിച്ചു ഗുഡ്നൈറ്റ് പറഞ്ഞ് അയാൾ അടുത്ത മുറിയിലേക്കു നടക്കും. നെറ്റിയിലെ പതിഞ്ഞ ചുംബനത്തിന് അവ ളുടെ മൈഗ്രെനെയും മാനസിക സമ്മർദ്ദത്തെയും താഴ്വാരങ്ങളിൽ

കെട്ടിത്താഴ്ത്താൻമാത്രം ആർദ്രതയുണ്ടായിരുന്നു. അപ്പോഴെല്ലാം അവളുടെ ചുണ്ടുകൾ ത്രസിക്കുകയും പുക്കിൾചുഴികളിൽ പ്രണയ മഞ്ഞു വീഴുകയും ചെയ്തു.

അവൾ എഴുതാനായി പ്രിയപ്പെട്ട പേനയും ഇളം നീലനിറത്തിൽ പുറംചട്ടയുള്ള വലിയ പുസ്തകവും നിവർത്തി തന്റെ മേശയ്ക്കരികിൽ ഇരിക്കുമ്പോൾ കസേര അടുത്തു വലിച്ചിട്ട് അവളോടു ചേർന്നിരിക്കും. ആവോളം സ്നേഹം നിറച്ച വാക്കുകളാൽ അവളുടെ മുടിയിഴകളിൽ തഴുകും. അപ്പോൾ അവളുടെ പ്രശ്നങ്ങളെല്ലാം ഒഴുകിപ്പോകുന്നതായി അവൾക്കു തോന്നും. ചുവന്നുതിളങ്ങുന്ന മൂക്കുത്തിയിട്ട മനോഹരമായ മൂക്കിൽ സ്നേഹത്തോടെ തൊട്ടു വിരലുകൾ സാവധാനം തുടുത്ത ചുണ്ടുകളിൽ എത്തും. അവളുടെ സൗന്ദര്യത്തെ വർണ്ണിക്കുന്ന അതിമനോഹരമായ കുറച്ചു വരികൾക്കുശേഷം അയാൾ ആ കൈ പിൻവലിക്കും. സന്തോഷത്തോടെയും ചെറുപുഞ്ചിരിയോടെയും അവൾ തന്റെ എഴുത്തിലേക്കു തിരിയും. പ്രണയസൗരഭ്യമാർന്ന വരികൾ പേനത്തുമ്പിലൂടെ ഊർന്നുവീണു കടലാസിൽ നൃത്തം വയ്ക്കും. അതിയായ സംതൃപ്തിയോടെ എഴുതിയ വരികളോരോന്നും അയാളെ വായിച്ചുകേൾപ്പിക്കും.

ഒഴിവുസമയങ്ങളിൽ അവർ പുറത്തെ പൂന്തോട്ടത്തിലെ കസേരകളിൽ ഇരുന്നു വർത്തമാനം പറയുകയോ പാട്ടു പാടുകയോ ചെയ്യും. അതുമല്ലെങ്കിൽ മരങ്ങൾ നിറഞ്ഞ തണുത്ത വഴികളിലൂടെ കൈകോർത്തു നടക്കും. അന്ന് എട്ടാമത്തെ അദ്ധ്യായവും എഴുതിക്കഴിഞ്ഞ സന്തോഷത്തിൽ അവൾ അയാളെ വിളിച്ചു കൈയിൽ വിസ്കി ബോട്ടിലും എടുത്ത് പുറത്തെ പൂന്തോട്ടത്തിലെ കസേരയ്ക്കരികിലേക്കു പോയി.

''നീ ഡ്രിങ്ക്സ് കഴിക്കില്ലേ?''

''ഇല്ല, കഴിക്കാറില്ല. കഴിക്കുന്നവരെ സഹിക്കും. പക്ഷേ, പുകവലിക്കാരെ സഹിക്കില്ല.'' അയാൾ മനോഹരമായി പുഞ്ചിരിച്ചുകൊണ്ട് പറഞ്ഞു.

''എന്നാൽ ഞാനും കഴിക്കുന്നില്ല. ഒറ്റയ്ക്കു കഴിക്കാൻ രസമില്ല.'' അവൾ ഗ്ലാസിലെ മദ്യം മുറ്റത്തെ തറയിലേക്ക് ഒഴിച്ചു.

''മദ്യം പാഴാക്കരുത് എന്നാണ്.'' അയാൾ പുഞ്ചിരിച്ചു.

''മധുരമുള്ള നിമിഷങ്ങളും.'' അതുംപറഞ്ഞ് അവൾ അയാൾക്കരികിലേക്കു കസേര നീക്കി ഒന്നുകൂടെ ചേർന്നിരുന്നു.

''നീ ഇതുവരെ കുടിക്കുകയോ വലിക്കുകയോ ചെയ്തിട്ടില്ലേ?''

''ഇല്ല, എന്തോ എനിക്കിതുവരെ തോന്നിയിട്ടില്ല.''

''നീയൊരു നല്ല കുട്ടി ആണല്ലേ.'' അവൾ സ്നേഹത്തോടെ അയാളുടെ തലമുടിയിൽ വിരലോടിച്ചു. തന്നെക്കാൾ നാലോ അഞ്ചോ

അതിലധികമോ വയസ്സ് കുറവാകും അയാൾക്ക് എന്ന് അവൾ ഇട യ്ക്കിടെ ആകുലപ്പെട്ടു.

അയാൾ അവളുടെ തോളിലേക്കു ചാഞ്ഞിരുന്നു. ചെവിയിൽ പതുക്കെ പാട്ട് മൂളി. ''അനുരാഗിണി, ഇതാ എൻ കരളിൽ വിരിഞ്ഞ പൂക്കൾ...''

ഒരു മാസത്തെ കോൺട്രാക്റ്റ് ബേസിൽ തന്റെ തൂലികയിൽ പ്രണയം തുളുമ്പാൻ കൂടെ കൂട്ടിയതാണല്ലോ അവനെ എന്ന ചിന്ത ഇടയ്ക്കെല്ലാം അവളെ അസ്വസ്ഥയാക്കി. പല പ്രശ്നങ്ങളാൽ മനസ്സ് മുരടിച്ച് എഴുതാൻ വാക്കുകളില്ലാതെ വിഷമിച്ച അവൾക്ക് ആ ആശയം ഉപദേശിച്ചത് സുഹൃത്തും മാധ്യമപ്രവർത്തകനുംകൂടിയായ സുനീത് ആണ്. ആദ്യം കേട്ടപ്പോൾ ഉൾക്കൊള്ളാൻ ആയില്ലെങ്കിലും അപ്പോ ഴത്തെ അവസ്ഥയെ മറികടക്കാൻ അതു സഹായകമാകും എന്ന വൾക്കു തോന്നി. ശാരീരികമായി ബന്ധപ്പെടലുകളോ മോശം പെരുമാറ്റമോ ഉണ്ടാകില്ല എന്ന എഗ്രിമെന്റ് വച്ച്, സുനീതിന്റെ ഏതോ സുഹൃത്ത് വഴി, ഒരു മാസത്തേക്ക് അവളെ അകമഴിഞ്ഞു സ്നേഹി ക്കാൻ ഒരു ലക്ഷം രൂപയ്ക്ക് ആളിനെ ഏർപ്പാടാക്കി. അയാളുടെ പേർസണൽ വിവരങ്ങൾ അന്വേഷിക്കാനോ ചോദിക്കാനോ പാടില്ല എന്നുമാത്രം അയാൾ നിബന്ധന വച്ചു.

അടുത്ത മാസം മുതൽ ഓരോ അദ്ധ്യായങ്ങളായി കഥ തന്നു തുടങ്ങണമെന്നും റേറ്റിംഗ് കൂടിയാൽ അതു സീരിയലോ സിനിമയോ ആക്കാൻ ചിലർ തയ്യാറാണെന്നും എഡിറ്റർ വിളിച്ചറിയിച്ചതോടെ, നിറയെ വള്ളിപ്പടർപ്പുകളാൽ മൂടി ചെടികൾ നിറഞ്ഞു പ്രകൃതിയെ ഉള്ളിലേക്കാവാഹിച്ച വീട് അവളുടെ സ്വപ്നത്തിൽ വീണ്ടും ഇടം പിടിച്ചു. ഒരുപാടകലെ മേഘങ്ങൾക്കു മുകളിലൂടെ ഒഴുകിനീങ്ങിയിരുന്ന സ്വപ്നഭവനം പലവുരു വാടകവീടിന്റെ കുഞ്ഞുജനാലയിലൂടെ നോക്കിക്കണ്ടിരുന്നു. ഇപ്പോൾ ആ സ്വപ്നത്തിനു ചിറകുകൾ മുളച്ച് എത്തിപ്പിടിക്കാവുന്ന അകലത്തിലേക്കു വരുന്നതായി അവൾക്കു തോന്നി.

'പ്രശസ്ത എഴുത്തുകാരി പുതിയ പ്രോജക്ടിലെ വീട് സ്വന്ത മാക്കി' എന്ന തലക്കെട്ട് കുറച്ചു വീടുകൾ വിറ്റുപോകാൻ സഹായി ക്കുമെന്നതിനാൽ, തുടക്കത്തിലേ വാങ്ങിക്കുകയാണെങ്കിൽ നല്ലൊരു തുക കുറച്ചുതരാമെന്നു വില്ല പ്രോജക്ട് എം.ഡി അവൾക്ക് ഉറപ്പു നൽകി. രണ്ടു മാസത്തിനുള്ളിൽ അഡ്വാൻസ് കൊടുത്താൽ പ്രതീ ക്ഷിക്കാത്ത അത്രയും വിലക്കുറവിൽ തനിക്ക് ആ വീട് സ്വന്തമാക്കാം. ആരുടേയും അനുവാദം തേടാതെ കേറിച്ചെന്ന വിനയന്റെ ജീവിതത്തിൽ

നിന്നും പത്തുവർഷങ്ങൾക്കു ശേഷം അതേപോലെ ഇറങ്ങിപ്പോന്ന പ്പോൾ ഏറ്റവും അരക്ഷിതാവസ്ഥ ഉണർത്തിയത് സ്വന്തമായി ഒരു കൂരയൊ തിരിച്ചു കേറിച്ചെല്ലാൻ സ്വന്തക്കാരോ ഇല്ല എന്നതാണ്. ഗവണ്മെന്റ് ജോലി ഉള്ളതിനാൽ ആരെയും ആശ്രയിക്കാതെ കഴി യാമെങ്കിലും സ്വന്തമായ വീട് വിദൂര സ്വപ്നമായി.

കോഫിയും കുടിച്ചു വാടകവീടിന്റെ ചെടികൾ നിറഞ്ഞ കുഞ്ഞു വരാന്തയിലെ ആട്ടുകസേരയിൽ ഇരിക്കുമ്പോളാണ് സുനീത്, ഒരു ചെറുപ്പക്കാരനെയും കൂട്ടി അങ്ങോട്ടു കയറിവന്നത്. തന്നേക്കാൾ നാലോ അഞ്ചോ വയസ്സിന് ഇളപ്പം തോന്നിക്കുന്ന അയാളെ രാഗിണി സാകൂതം നോക്കി. അതിസുന്ദരൻ എന്നു പറയാനാവില്ല എങ്കിലും ആകർഷണമുള്ള കണ്ണുകളും നീണ്ട മൂക്കും അലസമായ മുടിയും ഭാവവും ആറടിയോളം ഉയരവും ഒത്ത ശരീരവും. മനസ് മുരടിച്ചു ഡിപ്രഷന്റെ അനന്തവിഹായസ്സിൽ ചരടുപൊട്ടിയ പട്ടംപോലെ വിഹരിക്കുന്ന തന്റെ മനസ്സിൽ പ്രണയം വിടർത്താൻ ഇവനാകുമോ?

‘‘രാഗിയുടെ പുതിയ നോവൽ ഒരു സംഭവം ആകുമെന്ന് എനിക്ക് ഉറപ്പുണ്ട്, റാംജിക്ക് ഇഷ്ടപ്പെട്ടാൽ സീരീസോ സിനിമയോ ആക്കാ മെന്നും ഉറപ്പുതന്നിട്ടുണ്ട്. ഇവനെ ജയ് എന്നോ സമീർ എന്നോ സേവ്യർ എന്നോ വിളിക്കാം. അയാം ഷുവർ, ഹി ഈസ് ദി പെർ ഫെക്റ്റ് പെർസൺ.’’ സുനീതിന്റെ മുഖത്തെ ആത്മവിശ്വാസം കണ്ട് അവൾ വശത്തായി തൂങ്ങിക്കിടക്കുന്ന വള്ളിച്ചെടികളിലൂടെ കയ്യോ ടിച്ചു പുഞ്ചിരിച്ചു. അവ അപ്പോഴും അനുസരണയില്ലാതെ കെട്ടി പ്പിണഞ്ഞു കിടക്കുകയായിരുന്നു.

വിചാരിച്ചതിനേക്കാൾ വേഗത്തിൽ അവളുടെ മനസ്സിന്റെ വഴി യറിയാത്ത പ്രയാണം തടഞ്ഞു തന്നിലേക്കടുപ്പിക്കുന്നതിൽ അവൻ വിജയിച്ചു. കാടിന്റെയും അരുവിയുടെയും പ്രകൃതിഭംഗിയിൽ കുളിച്ചുനിൽക്കുന്ന പരിസരങ്ങൾ ആസ്വദിച്ചു കമിതാക്കളെപ്പോലെ അവർ നീലഗിരിക്കുന്നുകളിൽ ചുറ്റിനടന്നു. നോവലിന്റെ എട്ടോളം അദ്ധ്യായങ്ങൾ, ആ ചുരുങ്ങിയ ദിവസത്തിനുള്ളിൽ, വരികളിൽ വീഞ്ഞിന്റെ വശ്യതയോടെ രചിക്കപ്പെട്ടു. അത്രമേൽ പ്രണയാതുര മായി അവൻ അവളിൽ ഇഴുകിച്ചേർന്നു. ലാറോസായിലെത്തി പതി നാറാം ദിവസമായ ഇന്നാണ് അവൻ പതിവുതെറ്റിച്ച് രാവിലെ എട്ടര യായിട്ടും അവളുടെ അടുത്ത് എത്താതിരുന്നത്.

‘‘പ്രണയത്തിന്റെ രാജാവേ നീ എവിടെയാണ്?’’ അവൾ സ്നേഹം കലർന്ന നാടകീയതയോടെ അവനെ വിളിച്ചു. നൈറ്റ് ഗൗണിനു മുകളിൽ ഓവർകോട്ട് ഇട്ടുകൊണ്ട് മുറ്റത്തെ പടികളിറങ്ങി. വീടിനു മുറ്റത്തെ പൂന്തോട്ടത്തിലോ സിറ്റിംഗ് റൂമിലോ കാണാത്തതിനാൽ

വീണ്ടും അവനെ ഉറക്കെ വിളിച്ചു. അടുക്കളഭാഗത്തുനിന്നും ഒട്ടൊരു വിഷണ്ണനായി അയാൾ പ്രത്യക്ഷപ്പെട്ടു.

''എന്തുപറ്റി? സുഖമില്ലേ?'' അവൾ അവന്റെ നെറ്റിയിൽ തൊട്ടു കൊണ്ട് ചോദിച്ചു.

''മാഡം, എനിക്കു തിരിച്ചു പോയേ പറ്റൂ.''

''അതെങ്ങനെ, നമ്മൾ തമ്മിൽ ഒരു മാസത്തെ എഗ്രിമെന്റ് അല്ലേ. അതുമാത്രമല്ല, നിനക്ക് എന്നെ ഇട്ടിട്ടെങ്ങനെ പോകാൻ തോന്നുന്നു?'' ഒട്ടൊരു അമ്പരപ്പോടെയും സങ്കടത്തോടെയും അവൾ അവനോടു ചേർന്നുനിന്ന് കണ്ണുകളിലേക്കു നോക്കി.

''എന്റെ ഭാര്യയുടെ ചികിത്സയ്ക്കുവേണ്ടിയാണ് ഞാൻ സമ്മതം മൂളിയത്.''

''നിനക്ക് ഭാര്യയുണ്ടോ? അവൾക്ക് എന്തുപറ്റി?''

''കാൻസർ ആണ്. അല്ല, ആയിരുന്നു. അവൾ ഇന്നലെ രാത്രി മരിച്ചു എന്നു ചേട്ടൻ വിളിച്ചുപറഞ്ഞു. എനിക്കു പോയേ പറ്റൂ.''

അവൾ ഒന്നും മിണ്ടാനാവാതെ നിന്നു.

''നിനക്ക് അൽപനേരംകൂടി എന്നോടൊപ്പം ചിലവിടാമോ?''

അയാൾ തലകുലുക്കി സമ്മതം മൂളി.

''പക്ഷേ, ഇന്നു പത്തുമണിയുടെ ബസ്സിൽ എനിക്കു പോയേ പറ്റൂ.''

അവൾ ക്ലോക്കിലേക്കു നോക്കി, സമയം എട്ടര കഴിഞ്ഞു. ഒമ്പ തരയ്ക്ക് കാറെടുത്ത് അയാളെ ബസ് സ്റ്റോപ്പിൽ ഡ്രോപ്പ് ചെയ്യണം. പിന്നെ താനെന്തിന് ഇവിടെ നിക്കണം. അയാളില്ലാതെ എഴുത്ത് മുന്നോട്ടുപോകില്ല. പതിനാറു ദിവസംകൊണ്ട് അയാൾ അത്രമേൽ അവളിൽ സ്വാധീനം ചെലുത്തിയിരുന്നു. ഉദ്ദേശിച്ചതിലും മനോഹര മായി പകുതിയോളം അദ്ധ്യായങ്ങൾ എഴുതിത്തീർത്തു. ഇനി എന്ത്?

''ഞാനും നിന്റെ കൂടെ വരട്ടെ?''

''അതു വേണ്ട മാഡം. എഗ്രിമെന്റ് പ്രകാരം ഇവിടം വിട്ടാൽ നമ്മൾ തമ്മിൽ ഒരു ബന്ധവും പാടില്ല.''

''പോകുന്നതുവരെയെങ്കിലും മാഡം എന്നു വിളിക്കാതെ സ്നേഹ ത്തോടെ പെരുമാറിക്കൂടെ? നിനക്കെന്നോട് ഇതുവരെ സ്നേഹമോ താല്പര്യമോ തോന്നിയിട്ടില്ലേ.'' അവൾ സങ്കടം കലർന്ന പരാതി യോടെ ചോദിച്ചു. അയാളുടെ കൈകളിൽ പിടിച്ചു തന്നിലേക്കടു പ്പിച്ചു.

‘‘ഇല്ലെന്നു പറഞ്ഞാൽ നുണയാകും. പക്ഷേ, അപ്പോൾ എന്റെ ഭാര്യയുടെ ക്ഷീണിച്ച മുഖം ഓർമ്മ വരും. അതോടെ ആ വികാരമൊക്കെ അലിഞ്ഞില്ലാതാകും.’’ അയാൾ ദയനീയതയോടെ പറഞ്ഞു.

‘‘ഒരിക്കലെങ്കിലും നീയെന്നെ ഭോഗിച്ചെങ്കിൽ എന്നു ഞാൻ പലതവണ ആഗ്രഹിച്ചിരുന്നു.’’ അവൾ വികാരഭരിതയായി പറഞ്ഞു. അത്തരം ഒരു അവസ്ഥയിൽ നിൽക്കുന്ന അയാളോട് ഈ അവസ്ഥയിൽ അതു പറയാമോ എന്ന ഔചിത്യബോധം അവൾക്കില്ലായിരുന്നു. അവൻ വിട്ടുപോകുന്നു എന്നത് അവളെ അത്രമേൽ ഉലച്ചിരുന്നു.

‘‘നീ എന്നോടു കാണിച്ച സ്നേഹമത്രയും അഭിനയം മാത്രമായിരുന്നോ?’’

‘‘അതെന്റെ ജോലിയായിരുന്നു മാഡം.’’

‘‘അപ്പോൾ ഒരിക്കൽപോലും നീയെന്നെ സ്നേഹിച്ചില്ലേ?’’

അയാൾ ഒന്നും മിണ്ടാതെ അവളുടെ നെറ്റിമേൽ അമർത്തി ചുംബിച്ചു. അപ്പോൾ അയാളുടെ കണ്ണിൽനിന്നും കണ്ണുനീർത്തുള്ളി അടർന്ന് അവളുടെ ചുവന്നുതിളങ്ങുന്ന മൂക്കുത്തിയിലേക്ക് ഇറ്റി നീണ്ടുകൂർത്ത മൂക്കിലൂടെ വീണു ചുണ്ടുകളിലേക്ക് ഒഴുകി.

അവൾ അയാളെ കെട്ടിപ്പിടിച്ചു കവിളുകളിൽ ഭ്രാന്തമായി ചുംബിച്ചു.

അവൻ അവളെ പിടിച്ചുമാറ്റി. മുഖം തിരിച്ചു.

‘‘പറഞ്ഞ പൈസയുടെ ബാക്കികൂടി കിട്ടിയിരുന്നെങ്കിൽ ഉപകാരം ആയേനേ.’’

അതുകേട്ട് അവൾ റൂമിലേക്കു നടന്നു ബാഗ് തുറന്ന് അതിലുണ്ടായിരുന്ന ഇരുപത്തയ്യായിരം രൂപ എടുത്തുകൊണ്ടുവന്ന് അയാൾക്കു കൊടുത്തു.

‘‘എന്റെ കൈയിൽ ഇത്രയേയുള്ളൂ. അൻപതിനായിരം അഡ്വാൻസ് തന്നല്ലോ. ഒരു മാസത്തിനാണ് ഒരു ലക്ഷം പറഞ്ഞത്. എങ്കിലും നിന്നോടു കണക്കു പറയാൻ വയ്യ. നമ്പർ തന്നാൽ ബാക്കി ഇരുപത്തയ്യായിരംകൂടി ഗൂഗിൾ പേ ചെയ്യാം.’’

‘‘വേണ്ട മാഡം. ഇതു മതി.’’ അയാൾ അതും വാങ്ങി ബാഗ് പായ്ക്ക് ചെയ്യാനായി അയാളുടെ റൂമിലേക്കു നടന്നു.

അന്നുവരെ പ്രണയത്തിന്റെ അപാരതയിൽ വിഹരിച്ചിരുന്നവരുടെ ഭാവമാറ്റവും അയാളുടെ മാഡം വിളിയും കേട്ട്, ഭക്ഷണം പാചകം ചെയ്യാൻ നിൽക്കുന്ന സ്ത്രീ അവർ തമ്മിലുള്ള ബന്ധം മനസ്സിലാകാതെ അമ്പരന്നു.

''എന്താ നോക്കിനിൽക്കുന്നത്? ബ്രേക്ഫാസ്റ്റ് എടുത്തുവയ്ക്ക്.'' ഒട്ടൊരു അമർഷത്തോടെ അവൾ റൂമിലേക്കു നടന്നു.

വേഷംമാറി പ്രാതൽ കഴിച്ച് അവൾ അയാളെ ബസ് സ്റ്റോപ്പിൽ കൊണ്ടുപോയാക്കി.

''ഞാൻ കോട്ടേജിൽ വെയ്റ്റ് ചെയ്യണോ? നീ കുറച്ചു ദിവസത്തിനുള്ളിൽ തിരിച്ചുവരുമോ?'' അവൾ പ്രതീക്ഷയോടെ അയാളുടെ മുഖത്തേക്കു നോക്കി.

''ഇല്ല മാഡം. ഇനി എനിക്കെന്തിനു പൈസ?''

അവൾ ഒന്നും മിണ്ടാതെ തിരിച്ച് കാർ ഓടിച്ചു.

അവളുടെ കാർ വളവു തിരിഞ്ഞ് അപ്രത്യക്ഷമായതോടെ അയാൾ മൊബൈലിൽ ഉള്ള സിം എടുത്ത് കടിച്ചുപൊട്ടിച്ചു ദൂരേക്ക് വലിച്ചെറിഞ്ഞു. പേഴ്സിൽനിന്നും പഴയ സിം എടുത്തു മൊബൈലിൽ ഇട്ടു.

''എടീ, ഞാൻ ഇന്ന് വൈന്നേരത്തിന് അങ്ങ് എത്തും. മീൻ എന്തേലും മേടിച്ചേരെ. സേവ്യറിനോട് നല്ല വാറ്റു കിട്ടുവാണേൽ രണ്ടു കുപ്പി മാറ്റിവയ്ക്കാൻ പറ.''

''ഇതിയാനിതെവ്ടാ? വിളിച്ചാലും കിട്ടത്തില്ലല്ലോ. ചത്തോ ജീവനോടെ ഉണ്ടോ എന്ന് അറിയണ്ടായോ.'' അവൾ ദേഷ്യത്തോടെ പറഞ്ഞു.

''എടീ, തല്ല് മത്തായിടെ മോൾ പുണ്യാളത്തി ലീനാമ്മോ, നിന്നോട് ഞാൻ പറഞ്ഞേച്ചല്ലിയോ പോയെ, രണ്ടുമൂന്നാഴ്ചത്തെ ഒരു കെണി ഉണ്ടെന്ന്.''

''എന്നാ കെണിയാരുന്നു? വല്ലതും ഒത്തോ? നാടകമായിരുന്നോ?''

''നാടകമല്ല, ജീവിതമായിരുന്നു. എഴുപത്തയ്യായിരോം ഒരു മാലേം രണ്ടു വളേം. പിന്നെ ഒന്നൂടെ എടുത്തു, അത് ആ ഫ്രോഡ് സുനീതിനുവേണ്ടിയാ.''

''ഒള്ളതാന്നോ? സ്വർണ്ണംതന്നെ? വല്ലോരേം കൊന്നോ മനുഷ്യാ. ജയിലിൽ കെടക്കണ്ട വരുവോ? വേറെ എന്നതാ സാധനം?''

''ഇല്ലെടീ, പൈസ ഒരു പെണ്ണ് സ്നേഹത്തോടെ തന്നതാ. സ്വർണ്ണം ഞാൻ നൈസായി ചൂണ്ടി. കേസ്സിനും കൂട്ടത്തിനും അവള് പോകുകേലാ. പിന്നെ മറ്റേത്, നെന്നോട് പറയാൻ കൊള്ളുകേല.''

''അതെന്നതാ? ഇനി നിങ്ങളുമായി വല്ല ഇടപാടും? മനുഷ്യാ ഒള്ളതാണേൽ ഞാനെന്റെ വീട്ടീപ്പോകും, പറഞ്ഞേക്കാം.''

''ഒള്ള കള്ളും വലിച്ചുകേറ്റി എല്ലാം പോയി കെടക്കണ ഞാൻ ഇനി എന്നാ ഒണ്ടാക്കാനാടി. പക്ഷേങ്കി കാര്യം പറയാലോ, ആവ

തുണ്ടേൽ വല്ലോം നടന്നേനേ. സൂപ്പർ പെണ്ണായിരുന്നു.'' അയാൾ ഓർത്തു ചിരിച്ചു.

''ഇങ്ങു വാ. ശരിയാക്കിത്തരാ. ആ പിന്നെ പൊന്നും പൈസേം സൂക്ഷിച്ചുകൊണ്ടോരെ. ഇനി വേറെ വല്ല കള്ളന്മാരും അടിച്ചോണ്ട് പോണ്ട.''

''രണ്ടാഴ്ചയായി ധ്യാനം കൂടാൻ പോയ കൂട്ടാ. സാമിന്റെ കടേന്നു രണ്ടു പായ്ക്ക് സിഗ്ഗി കൂടി വാങ്ങിയേരെ. ബസ് വരുന്നു, നീ വച്ചേടി.'' ബസ് വളവു തിരിഞ്ഞുവരുന്നതുകണ്ട് അയാൾ ഫോൺ വച്ചു. ബസ്സിൽ കയറി സീറ്റിൽ ഇരുന്ന് സ്വർണ്ണവും പൈസയും സേഫ് അല്ലേ എന്ന് ഒന്നുകൂടി തപ്പിനോക്കി ബാഗ് അടുക്കിപ്പിടിച്ചു.

അവൻ ബസ്സിന്റെ സൈഡ് സീറ്റിലിരുന്ന് നീലഗിരിയുടെ സൗന്ദര്യം ആസ്വദിച്ചു കുന്നിറങ്ങുമ്പോൾ രാഗിണി സങ്കടത്തിന്റെ കോടമഞ്ഞു കൊണ്ട് കാഴ്ച മങ്ങിയ ലാറോസായിൽ കാർ പാർക്ക് ചെയ്തു കഴിഞ്ഞിരുന്നു. വിരഹത്തിന്റെ കാട്ടുവള്ളികൾ പിണഞ്ഞുകയറി അവളുടെ മനസ്സിന്റെ കടിഞ്ഞാൺ വീണ്ടും നഷ്ടപ്പെട്ടു. പ്രണയമഞ്ഞ് ഒഴിഞ്ഞു നരച്ച ലാറോസ കാൻവാസിന്റെ താഴ്വാരത്തിലെ അരുവിയിൽ ഇതളുകൾ കൂമ്പിയ ആമ്പൽപോലെ അവൾ മാഞ്ഞുപോയ മായാലോകത്തിന്റെ ഓർമ്മകളിൽ പാതി മുങ്ങിക്കിടന്നു.

■

ഖോയാ ചാന്ദ്

"തു മേരെ ലിയെ ഹി സാത് രംഗ് കെ സപ്നേ ചുനേ, സപ്നേ സുരീലെ സപ്നേ."

മക്കാർപ്പുരയിലെ ബി.എസ്.എഫ് ജവാന്മാരുടെ ക്യാമ്പിന് എതിർവശത്തെ നിരനിരയായുള്ള കുഞ്ഞുവീടുകളിൽ ഒന്നിൽ നിന്നും വാരാന്ത്യത്തിലെ പതിവു ഹിന്ദിഗാനം ഉയർന്നുകേൾക്കാൻ തുടങ്ങി.

"തിവാരിജി വാ പോകാം. ചാന്ദിന്റെ പാട്ടുകച്ചേരി തുടങ്ങി. അവൻ ചപ്പാത്തി കുഴയ്ക്കാനും രമേഷ്ജി ഗ്ലാസിൽ ആദ്യത്തെ പെഗ് ഒഴിക്കാനും തുടങ്ങിക്കാണും." തിവാരിയും സോഹൻലാലും വേഗം അവരുടെ വീടിനു നാല് വീടിനപ്പുറത്തുള്ള രമേശിന്റെ വീട്ടിലേക്കു നടന്നു.

"അരേ സോഹൻജി, തിവാരിജി, എങ്ങോട്ടാ രാത്രിയാത്ര?" പട്ടേൽ ബൈക്കിന്റെ ഒരു വശത്തായി തൂക്കിയ പാൽകവർ കൈയിലെടുത്തുകൊണ്ട് ചോദിച്ചു.

"പട്ടേൽജി രാത്രി പാലല്ലേ കുടിക്കൂ. നമ്മൾക്ക് അതു ദഹിക്കില്ല." പട്ടേലിനെ കളിയാക്കിക്കൊണ്ട് അവർ ചിരിച്ചു.

തിവാരിയുടെ സുഹൃത്തായ പട്ടേൽ സൂറത്തിലെ പ്രൈവറ്റ് കമ്പനിയിൽനിന്നും ജോലി രാജിവച്ച് പാർട്ടി പ്രവർത്തനത്തിനായി മക്കാർപ്പുര ഏരിയയിൽ താമസം തുടങ്ങിയിട്ട് അധികകാലം ആയിട്ടില്ല.

"മദ്യം കഴിക്കില്ലെന്നേയുള്ളൂ, ചാന്ദിന്റെ പാട്ടും അവൻ ഉണ്ടാക്കുന്ന പറാത്തയും രാജ്മയും എനിക്കും ഇഷ്ടമാണ്." അയാൾ ബൈക്ക് വീടിന്റെ ഒരുവശത്തായി ഒതുക്കിനിർത്തി അവരുടെ കൂടെക്കൂടി.

"ചാന്ദ്, നീ തിരക്കിലാണോ. കുറച്ചു മച്ലി വാങ്ങിയിട്ടുണ്ട്. മസാലയൊക്കെ പുരട്ടിയത്. വിരോധമില്ലെങ്കിൽ വറുത്തു താ."

സോഹൻ തന്റെ കൈയിലെ കുഞ്ഞുകവർ ഉയർത്തിപ്പിടിച്ച് അടുക്കളഭാഗത്തേക്കു നടന്നുകൊണ്ട് പറഞ്ഞു.

''ഇത്രയും നല്ല രാജ്മകറിയും ഭിണ്ടിമസാലയും നല്ല നെയ്യിൽ കുഴച്ചുണ്ടാക്കിയ ചപ്പാത്തിയും ഉള്ളപ്പോൾ എന്തിനാ അതിന്റെ രുചികളയാൻ ഈ മീൻ.'' ചാന്ദ് തീരെ താല്പര്യം ഇല്ലാതെ ആ കവർ വാങ്ങിക്കൊണ്ട് ചോദിച്ചു.

''ഇവൻ പട്ടേലിന്റെ ജാതി ആണോ? പ്യൂയർ വെജ്.'' പട്ടേലിനെ നോക്കിക്കൊണ്ട് തിവാരി ചിരിച്ചു.

''ചാന്ദ്, നല്ലൊരു ചായ ഉണ്ടാക്കിത്താ.'' പട്ടേൽ കയ്യിലെ കവർ കൊടുത്തുകൊണ്ട് പറഞ്ഞു.

''നല്ല ചായ വേണമെങ്കിൽ പാൽക്കാരുടെ ഗ്രാമത്തിൽനിന്നും വാങ്ങുന്ന പാലിൽ ഉണ്ടാക്കണം. നിങ്ങൾക്കൊന്നും അതിനുള്ള ഭാഗ്യം ഇല്ല. അല്ലെങ്കിൽ ഗവണ്മെന്റ് ഞങ്ങളെ ഒക്കെ ഒഴിപ്പിച്ച് ഗ്രാമമേ ഇല്ലാതാക്കുമായിരുന്നോ.'' ചാന്ദ് പാലിന്റെ കവർ തിരിച്ചും മറിച്ചും നോക്കി സങ്കടത്തോടെ തലതാഴ്ത്തി തിരിഞ്ഞുനടന്നു.

''പട്ടേൽജി എന്തു പരിപാടിയാ കാണിച്ചത്. ഇനി ഇന്നു മുഴുവൻ ശോകഗാനം കേൾക്കേണ്ടിവരുമല്ലോ.'' സോഹൻ തലയിൽ കൈവച്ച് സോഫയിൽ ഇരുന്നു.

''അതെന്താ സോഹൻജി പാലും ചാന്ദും തമ്മിലുള്ള ബന്ധം.'' പട്ടേൽ കൗതുകത്തോടെ ചോദിച്ചു.

''ഡയറിയുടെ എതിർവശത്തായി പുതിയ കെട്ടിടങ്ങൾ വന്നിടത്തായിരുന്നു ചാന്ദിന്റെ ഗ്രാമം. പാൽക്കാർ കുടിയേറിയ സ്ഥലമാണെന്നും പറഞ്ഞ് ഇവരെ മുഴുവനായും ഒഴിപ്പിച്ചു. ചാന്ദ് ഒഴികെ ബാക്കിയുള്ളവരൊക്കെ തങ്ങളുടെ സമ്പാദ്യമായ പശുക്കളെയും കൊണ്ട് എവിടേക്കോ പോയി. ഇവൻ മാത്രം കരഞ്ഞുകൊണ്ട് ഡയറിയുടെ മതിലിനടുത്തു കൂനിക്കൂടി ഇരുന്നു. അവിടെനിന്നാണ് നമ്മുടെ രമേഷ്ജി ഇവനെ കൂട്ടിക്കൊണ്ടുവന്നത്, അല്ലേ, രമേഷ്ജി.'' സോഹൻ കഥ പറഞ്ഞു രമേശിനെ നോക്കി.

''അഞ്ചു വർഷങ്ങൾക്കു മുമ്പ് എന്റെ ഭാര്യ മരിച്ച അതേസമയത്താണ് ഇവന് വീട് നഷ്ടപ്പെട്ടത്. ഞാനും മകനും ഈ വീടിന്റെ താളമറിയാതെ വിഷമിച്ച അവസരത്തിലാണ് ഇവൻ ഞങ്ങളുടെ കുടുംബത്തിലെ ഒരു അംഗമായി മാറുന്നത്.'' അവർക്കായി വറുത്ത കടല കൊണ്ടുവന്നു മേശമേൽ വച്ച ചാന്ദിനെ രമേശ് സ്നേഹത്തോടെ നോക്കി.

''ഇതു സംഭവിച്ചത് ഞങ്ങളുടെ കേരളത്തിലാണെങ്കിൽ ഇവരിങ്ങനെ ഒന്നുമില്ലാത്തവർ ആയിപ്പോകില്ലായിരുന്നു.'' പഴയ വിപ്ലവവീര്യം രമേശിന്റെ കണ്ണുകളിൽ മിന്നിമറഞ്ഞു.

അതുകേട്ട് ചാന്ദ് കഥ പറയാനായി നിലത്ത് അവർക്ക് എതിർ വശത്തായി ഇരുന്നു.

‘‘സാബ്, ഞങ്ങളുടെ ഗ്രാമം കണ്ടിട്ടില്ലല്ലോ. സ്വർഗ്ഗം ആയിരുന്നു അത്. കുഞ്ഞുവീടുകളും പശുക്കളും എരുമകളും നിറഞ്ഞ ഗ്രാമം. അധികവും ഒറ്റമുറിവീടുകൾ ആയതിനാൽ ആണുങ്ങൾ വീടിനു പുറത്തു കയർ വരിഞ്ഞ കട്ടിലിലാണ് കിടക്കുക. ചുറ്റും പശുക്കളും എരുമകളും. അവയുടെ ചൂരും ശബ്ദവും ഇല്ലാതെ ഞങ്ങൾക്ക് ഉറങ്ങാൻ പറ്റുമായിരുന്നില്ല. രാവിലെ വലിയ പാൽ നിറച്ച പാത്രങ്ങൾ തലയിലും രണ്ടു കൈകളിലും തൂക്കി പെണ്ണുങ്ങൾ ഒരു പ്രത്യേക താളത്തോടെ ഗ്രാമത്തിനു പുറത്തുള്ള വീടുകളിലേക്കു നടക്കും. ആണുങ്ങൾ സൈക്കിളിൽ വലിയ പാൽപ്പാത്രങ്ങൾ വച്ച് കുറച്ചു ദൂരേയ്ക്കു പാൽ കൊടുക്കാനായി പോകും. ഒരു തുള്ളി വെള്ളം പോലും ചേർക്കാതെയാ ഞങ്ങൾ പാല് വിറ്റിരുന്നത്. അത്ര പോലും കള്ളത്തരം ഞങ്ങൾക്കാർക്കും ഇല്ലായിരുന്നു. എന്നിട്ടും ദൈവം ഞങ്ങളോടിതു ചെയ്തല്ലോ.’’ അയാൾ ‘‘സിന്ദഗി കാ സഫർ ഹെ യെ കൈസാ സഫർ, കോയി സംജാ നഹി കോയി ജാനാ നഹി’’ എന്ന പാട്ട് ഉറക്കെ പാടി കണ്ണുകൾ തുടച്ചു.

‘‘സത്യമാണ് പട്ടേൽജി, രാവിലെ വളകളുടെയും തളകളുടെയും കിലുക്കത്തോടെ, പല നിറങ്ങളുള്ള ഗാഗ്രയും ചോളിയും ഇട്ടു താളത്തിൽ നടന്നുവരുന്ന പാൽക്കാരി പെണ്ണുങ്ങൾ ഒരു ഐശ്വര്യം ആയിരുന്നു.’’ തിവാരി രണ്ടാമതും ഗ്ലാസ് നിറച്ചുകൊണ്ട് പറഞ്ഞു.

ചാന്ദ് അതുകേട്ട് മിണ്ടാതെ വേഗം അവിടെനിന്നും എണീറ്റ് പോയി.

‘‘രമേഷ്ജി, ഈ ചാന്ദ് മാത്രം എന്താ ഇവടെനിന്നും പോകാതെ ഇരുന്നത്?’’ പട്ടേൽ ചോദിച്ചു.

‘‘അവന്റെ ഭാര്യയെയും മകനെയും അടക്കം ചെയ്തത് ആ ഗ്രാമത്തിലാണ്. അവർക്കു സ്വന്തമായി വേറെ ആരുമില്ലാതാനും. ചിലർ പശുക്കളെ തെരുവിൽ വിട്ടു ട്രെയിനിലും ട്രക്കുകളിലും കയറി എങ്ങോട്ടോ പോയെന്നും ചിലർ ട്രെയിനിനു തലവച്ചെന്നും കേൾക്കുന്നു. അനുവദിച്ചുകൊടുക്കാം എന്നു പറഞ്ഞ സ്ഥലം ചിലർക്കു കിട്ടി എന്നും, ഇല്ല എന്നും കേൾക്കുന്നു. പശുക്കളെ ദൈവമായി കാണുന്നവർ ഇവിടെയുള്ളതുകൊണ്ട് അവറ്റകൾ വലിയ അല്ലലില്ലാതെ അവിടെയും ഇവിടെയും അലഞ്ഞുനടക്കുന്നു.’’ രമേശ് ഇത്രയും പറഞ്ഞ് അടുക്കളയിലേക്കു നടന്നു.

അടുക്കളയിൽനിന്നും അപ്പോൾ വീണ്ടും പാട്ട് ഉയരാൻ തുടങ്ങി. ചാന്ദ് ചപ്പാത്തി ചുട്ടെടുക്കാൻ തുടങ്ങിയിരുന്നു. തന്റെ മനസ്സു

പോലെ പൊള്ളി ഉയർന്നുവരുന്ന ചപ്പാത്തിയുടെ പുറത്തു താളത്തിൽ ചെറുതായി തട്ടി മറച്ചിട്ട് അയാൾ പാട്ടുപാടി.

അഞ്ചു വർഷങ്ങൾക്കപ്പുറം ഒറ്റ ദിവസംകൊണ്ട് ഇല്ലാതായ തന്റെ ഗ്രാമവും ഗ്രാമവാസികളും കുടിലുകളിൽനിന്നുയർന്ന പുകയും പശുക്കളുടെ അമറലുകളും സ്ത്രീകളുടെയും കുട്ടികളുടെയും കരച്ചിലും അവന്റെ അകവും പുറവും പൊള്ളിച്ചു.

അവൻ പാട്ടിന് ഒന്നുകൂടി ശബ്ദം കൂട്ടി. പാട്ടിനൊപ്പം താളം പിടിച്ചു പാട്ടുപാടി നാൽവർസംഘം അടുക്കളയിൽ എത്തി ചൂടു ചപ്പാത്തി രാജ്മ കറിയിൽ മുക്കി കഴിച്ചു.

ചാന്ദ് അപ്പോളേക്കും ചപ്പാത്തി ഉണ്ടാക്കിക്കഴിഞ്ഞു മീൻ വറുക്കാൻ തുടങ്ങിയിരുന്നു.

''സോഹൻ കേട്ടില്ലേ ന്യൂസ്, രണ്ടു ചേരികൾ മുഴുവനായും ഒഴിപ്പിച്ചിരിക്കുന്നു. കൂടാതെ പൗരത്വബില്ലിനെക്കുറിച്ചുള്ള ഒളിഞ്ഞും തെളിഞ്ഞുമുള്ള അക്രമങ്ങൾ വേറെയും.'' തിവാരി വറുത്തുവച്ച മീൻകഷണം എടുത്തുകൊണ്ട് പറഞ്ഞു.

''കണ്ടോ, എണ്ണയിൽ ഇങ്ങനെ പൊരിക്കണം വീടും ജീവിതവും ഇല്ലാതാക്കുന്നവരെ.'' ചാന്ദിന്റെ കണ്ണുകൾ കോപംകൊണ്ട് ജ്വലിച്ചു.

അവന്റെ കണ്ണിലെ പക കണ്ടു പട്ടേൽ കഴുത്തിൽ ചുറ്റിയ ഷാൾ കൊണ്ട് പതുക്കെ മുഖം തുടച്ചു. അവൻ ഉണ്ടാക്കിവച്ച ചായ കൈയിലെടുത്തു.

''നിങ്ങളുടേതല്ലാത്ത സ്ഥലത്തു താമസിക്കുന്നതു നിയമവിരുദ്ധമല്ലേ ചാന്ദ്? നിങ്ങൾ ആ ഗ്രാമത്തിൽ എങ്ങനെ എത്തിപ്പെട്ടു?'' പട്ടേൽ അന്വേഷണ ഉദ്യോഗസ്ഥന്റെ ത്വരയോടെ ചോദിച്ചു.

''ഞങ്ങൾ അപ്പൂപ്പന്മാരുടെ കാലംതൊട്ടേ അവിടെ ജീവിക്കുന്നവരാ. പലയിടത്തുനിന്നും എത്തിപ്പെട്ടവർ.''

''നിന്റെ അപ്പൂപ്പന്റെ പേര് എന്തായിരുന്നു? അയാൾ എവിടെനിന്നും വന്നതാ?''

''അക്ദൂർഷാ എന്നായിരുന്നു അപ്പൂപ്പന്റെ പേര്. കച്ചിലെ ഇപ്പോഴത്തെ പാകിസ്താൻ മേഖലയിൽനിന്നും വന്നതാണ്. അപ്പൂപ്പൻ അമ്മൂമ്മയുടെ അച്ഛന്റെ കൂടെ മാണ്ഡവിബസാറിൽ കച്ചവടത്തിനു സഹായിയായി കൂടി. പിന്നീട് കച്ചവടം ദാദമാർ ഏറ്റെടുത്തു. അക്കാലത്ത് ഉണ്ടായ കർഫ്യൂവിൽ അമ്മൂമ്മയുടെ അച്ഛൻ കൊല്ലപ്പെട്ടപ്പോൾ അമ്മൂമ്മയെ കല്യാണം കഴിച്ചു, മിച്ചം ഉണ്ടായിരുന്ന പൈസ കൊണ്ട് പശുക്കളെ മേടിച്ചു പാൽക്കാരുടെ ഗ്രാമത്തിൽ എത്തിയതാണ്.'' അവൻ വറുത്ത മീൻ എണ്ണയിൽനിന്നും കോരി പാത്രത്തിലേക്ക് ഇട്ടുകൊണ്ട് പറഞ്ഞു.

''അപ്പോൾ നീ മുസ്ലിം ആണോ?'' പട്ടേൽ അവനെ ക്രൂശിച്ചു നോക്കി.

''അറിയില്ല. വീട്ടിൽ ഞാൻ ഇങ്ങോട്ടു കൊണ്ടുവന്ന ഈ ഗാന്ധിജിയുടെ പടം അല്ലാതെ ഒരു ദൈവത്തിന്റെയും പടം ഇല്ലായിരുന്നു. ഞങ്ങൾക്ക് അന്നം തരുന്ന പശുക്കളെ മാത്രം പാൽക്കാരുടെ ഗ്രാമത്തിലുള്ളവർ ദൈവമായി കണ്ടു. അമ്പലത്തിലോ പള്ളിയിലോ ഞങ്ങളുടെ ഗ്രാമത്തിൽ ആരും പോയിരുന്നതായി അറിയില്ല.''

''നിന്റെയടുത്ത് നീ ഇന്ത്യക്കാരനാണെന്നു തെളിയിക്കുന്ന എന്തെങ്കിലും ഉണ്ടോ.'' പട്ടേലിന്റെ ചോദിക്കുന്ന രീതി മാറിത്തുടങ്ങിയിരുന്നു.

''സാബ് ഞാൻ ജനിച്ചത് ഇന്ത്യയിൽ, എന്റെ അച്ഛനും അമ്മയും ജനിച്ചതും ഇന്ത്യയിലാണ്. അതിൽ കൂടുതൽ എന്തു രേഖ.'' അവൻ പാത്രങ്ങൾ ഓരോന്നായി കഴുകാനായി ഇട്ടു.

''എന്താ ഇവിടെ ചോദ്യം ചെയ്യൽ ആണോ? ആ പാവത്തിനെ വെറുതെ വിട്. വാ ചാന്ദ്, ഒരു ഹിന്ദുസ്ഥാനി ഗസൽ പാട്.'' അടുക്കളയിലെ ജനലുകൾ അടച്ചുകൊണ്ട് രമേശ് വീണ്ടും ഹാളിലേക്ക് നടന്നു. സംഗീതത്തിൽ ലയിച്ചു രമേശും സോഹനും സോഫയിൽ ചെരിഞ്ഞുകിടന്നു.

''ഞാൻ ഇറങ്ങട്ടെ. എനിക്ക് നാളെ അത്യാവശ്യമായി വിനോഭ ഭായ് റോഡിലെ കിഷൻസിങ്ങിനെ കാണാൻ പോകാനുണ്ട്.'' പട്ടേൽ അതും പറഞ്ഞു പുറത്തിറങ്ങി വാതിൽ ചാരി.

''സോഹൻ, ഇത്രയും മനോഹരമായ പാട്ട് കേൾക്കാൻ താല്പര്യം കാണിക്കാത്ത ഇയാളെ മേലിൽ ഇങ്ങോട്ടു കൊണ്ടുവരരുത്.'' രമേശ് തമാശ കലർന്ന ദേഷ്യത്തോടെ പറഞ്ഞു ചാന്ദിനെ അഭിനന്ദിച്ചു. സോഹൻ ചാന്ദിന്റെ പാട്ടിനൊത്ത് 'അരെ വാഹ്' എന്നു പറഞ്ഞു ചെറിയ ചുവടുകൾ വയ്ക്കാൻ തുടങ്ങി. ജനാലകൾക്കപ്പുറം കാലം തെറ്റി പെയ്യാൻ പോകുന്ന മഴ ആർത്തിരമ്പി. കറുത്ത മേഘങ്ങൾ രാത്രിയുടെ ഇരുട്ടിൽ ഒളിച്ചു ചന്ദ്രനെ മറയ്ക്കാനായി ശ്രമിച്ചുതുടങ്ങിയിരുന്നു.

''സാബ്, ഇന്ന് അഞ്ചാം തീയതി അല്ലേ? അത്ഭുതംതന്നെ. കഴിഞ്ഞ മാസം കിളിർത്ത കാപ്സിക്കം ചെടികളിൽ ഇതാ കുഞ്ഞു കായകൾ ഉണ്ടായിരിക്കുന്നു.'' ചാന്ദ് ഓഫീസിലേക്ക് ഇറങ്ങാനായി നിന്ന രമേശിനെ കൈ പിടിച്ചുവലിച്ചു തോട്ടത്തിലേക്കു കൊണ്ടുപോയി.

''അതിലിത്ര അത്ഭുതമെന്താ ചാന്ദ്? കാപ്സിക്കം ചെടിയിൽ

കാപ്സിക്കം ഉണ്ടാകില്ലേ.'' രമേശ് ഓഫീസിൽ പോകാനുള്ള ധൃതിയിൽ അസ്വസ്ഥനായി പരിഭവം കാണിച്ചു .

''ഇല്ല സാബ്, സാധാരണ മൂന്നു മാസം വേണം കാപ്സിക്കം കായ്ക്കാൻ.''

''നിനക്ക് ഇതിലൊക്കെ അപാര അറിവാണല്ലോ, മിട്ടു സ്കൂൾ വിട്ടുവരുമ്പോൾ കാണിച്ചുകൊടുക്ക്. അവന് ഇഷ്ടമാകും, കുഞ്ഞു കാപ്സിക്കങ്ങൾ.'' അയാൾ വേഗം മൊബൈലും ബൈക്കിന്റെ കീയും എടുത്ത് ഇറങ്ങി.

''സാബ്, ഞാനിന്നു പച്ചക്കറി മാർക്കറ്റിൽ പോകുന്നുണ്ട്. കുറച്ചു മാങ്ങയും പച്ചമുളകും വാങ്ങി അച്ചാറും കൊണ്ടാട്ടവും ഉണ്ടാക്കണം.'' ചാന്ദ് ഗേറ്റ് അടച്ചുകൊണ്ട് പറഞ്ഞു.

''എങ്കിൽ വേം വാ, പോകുന്ന വഴിക്കു ഞാൻ ഡ്രോപ്പ് ചെയ്യാം.''

''അരേ സാബ്, ഈ ഗാഡിയിൽ കുടുകുടു എന്നു വേഗത്തിൽ പോയാൽ എനിക്കു ശരിയാവില്ല. ഞാൻ കാഴ്ചകളൊക്കെ കണ്ട് ആളുകളോടൊക്കെ സംസാരിച്ചു നടന്നു പൊയ്ക്കൊള്ളാം.'' അവൻ ചിരിച്ചുകൊണ്ട് ഗേറ്റ് അടച്ചു തിരിഞ്ഞു ബൈക്കിനു പുറകെ സാവ ധാനം നടന്നു.

ഉച്ചയ്ക്ക് രമേശ് ഭക്ഷണം കഴിക്കാനായി എത്തിയപ്പോൾ ഗേറ്റ് പൂട്ടിത്തന്നെ കിടക്കുന്നു. അയൽപക്കത്തു ചോദിച്ചപ്പോൾ ആരും അവൻ തിരിച്ചുവന്നതു കണ്ടതായി പറഞ്ഞില്ല. ഉടനെ രമേശ് സോഹനെയും തിവാരിയെയും ഫോണിൽ വിളിച്ചു.

''എവിടെയെങ്കിലും കറങ്ങിത്തിരിഞ്ഞു നിൽക്കുന്നുണ്ടാകും. അല്ലെങ്കിൽ വല്ല ബന്ധുവീട്ടിലും പോയിക്കാണും. കൊച്ചുകുട്ടി ഒന്നും അല്ലല്ലോ, രമേഷ്ജി ഇത്രേം ടെൻഷൻ ആവാൻ.'' തിവാരി പറഞ്ഞു.

അവന് ബന്ധുക്കളോ സുഹൃത്തുക്കളോ ഇല്ല എന്നറിയാവുന്ന രമേശ് അന്ന് ഉച്ചയ്ക്കുശേഷം ലീവ് വിളിച്ചുപറഞ്ഞ് ബൈക്ക് എടുത്തു ചാന്ദിനെ അന്വേഷിക്കാനായി ഇറങ്ങി. അവൻ പോകാൻ സാധ്യതയുള്ള രാമുദാദയുടെ പാൻകടയിലും ഭുവൻജിയുടെ വാച്ച് നേരെയാക്കുന്ന കടയിലും പച്ചക്കറി മാർക്കറ്റിലും അന്വേഷിച്ചെങ്കിലും ഒരു വിവരവും ലഭിച്ചില്ല.

ഒരിക്കൽ, 'മൊബൈൽ വാങ്ങിത്തരട്ടെ' എന്നു ചോദിച്ചപ്പോൾ ''ഇതൊക്കെ എപ്പോളാ വന്നത് സാബ്, ഇതൊന്നും ഇല്ലാത്തപ്പോഴും നമ്മൾ ജീവിച്ചിരുന്നില്ലേ'' എന്നു പറഞ്ഞു ചിരിച്ചതോർത്ത് അന്ന് അവനു മൊബൈൽ വാങ്ങിക്കൊടുക്കാത്തതിൽ രമേശ് സങ്കടപ്പെട്ടു.

രാത്രിയിൽ ഉറങ്ങാനാവാതെ അയാൾ തിരിഞ്ഞും മറിഞ്ഞും

കിടന്നു. മിട്ടു മാത്രം ഇടയ്ക്കിടെ 'ചാന്ദ് ദാദ എവിടെ പപ്പാ?' എന്നു ചോദിച്ചുകൊണ്ടിരുന്നു.

''ദാദ മാർക്കറ്റിൽ പോയതാ മിട്ടു. വഴിതെറ്റിക്കാണും. എവിടെ യായാലും തിരിച്ചുവരും.'' രമേശ് അവന്റെ മുഖത്തു നോക്കാതെ പറഞ്ഞു.

ബൈക്കിൽ പോകുന്നതിനിടെ തിരിഞ്ഞുനോക്കിയപ്പോൾ അവ സാനമായി ഗേറ്റ് അടച്ചു സഞ്ചി വട്ടത്തിൽ കറക്കി ഒരു പ്രത്യേക രീതിയിൽ ചെരിഞ്ഞ് ഇടയ്ക്കു ഹിന്ദി പാട്ടുകൾ പാടിയും കിളി കളോടും വഴിയിലെ ആളുകളോടും മിണ്ടിയും സന്തോഷത്തോടെ നടന്നുപോകുന്ന ചാന്ദിനെ ഓർത്ത് രമേശ് എപ്പോഴോ ഉറങ്ങി.

''ദയവുചെയ്ത് എന്നെ പോകാൻ അനുവദിക്കു. എന്റെ സാബിന് ഓഫീസിൽ പോകാനും മിട്ടുവിനു സ്കൂളിൽ പോകാനും സമയ മായി. ഭക്ഷണം ഉണ്ടാക്കണം, ഭക്ഷണം കിട്ടാതെ കൈസറും ബഹളം ഉണ്ടാക്കുന്നുണ്ടാകും. എന്നെ പോകാൻ അനുവദിക്കു.'' ചാന്ദ് കൈ കൾ കൂപ്പി കരയുന്ന സ്വപ്നം കണ്ടു രമേശ് ചാടി എണീറ്റു. പിറ്റേന്നു രാവിലെ അയാൾ പൊലീസ് സ്റ്റേഷനിൽ പരാതി കൊടുക്കാനായി പോയി.

തിരിച്ചറിയൽ കാർഡോ ശരിയായ പേരുവിവരങ്ങളോ ഇല്ലാത്ത ഒരാളെ വീട്ടിൽ കൂടെ താമസിപ്പിച്ചതിനു പൊലീസ് അയാളോടു ദേഷ്യപ്പെട്ടു.

''അന്വേഷിക്കാം, വിവരം കിട്ടിയാൽ അറിയിക്കാം.'' എന്ന പൊലീസിന്റെ ഒഴുക്കൻ വാക്കുകളിൽ വിശ്വസിക്കുകയല്ലാതെ വേറെ തരമില്ലാത്തതിനാൽ പരാതി എഴുതി രമേശും സോഹനും വീട്ടി ലേക്കു മടങ്ങി.

വീട്ടിലെ മൂകത ചെടികളിലേക്കും വ്യാപിച്ചതുപോലെ അവ യെല്ലാം വാടിക്കരിഞ്ഞു. അടുക്കളത്തോട്ടത്തിലെ കാപ്സിക്കം ആരും പറിച്ചെടുക്കാതെ ഉണങ്ങി താഴെവീണു. 'ദാദ എന്നു വരും' എന്ന പതിവുചോദ്യം മിട്ടു എന്നോ നിർത്തിയിരുന്നു. തന്റെ ജീവിതത്തിൽ അപ്രതീക്ഷിതമായി ഉദിച്ച് അസ്തമിച്ച ചാന്ദ് വീണ്ടും ഉദിക്കുമെന്ന പ്രതീക്ഷയിൽ രമേശ് മാത്രം ഇടയ്ക്കിടെ ജനലിലൂടെ ദൂരേക്കു നീളുന്ന റോഡിലേക്കു നോക്കി. ഗേറ്റിനു മുകളിലൂടെ പടർന്ന് ഉണങ്ങി ത്തുടങ്ങിയിട്ടും വയലറ്റ് പൂക്കൾ നിറഞ്ഞുനിൽക്കുന്ന ശംഖുപുഷ്പം ചെടി കാഴ്ചകളെ മറച്ച് ആടിക്കൊണ്ടിരുന്നു.

■

ഗംഗാധരൻ എന്ന ആട്

''ബ്ഹേ, ബ്ബ്ഹെ' ഇരുട്ട് കുറഞ്ഞു നേരംവെളുക്കാൻ തുടങ്ങിയപ്പോൾ ഗംഗാധരന്റെ തികട്ടൽ ശബ്ദം അസാധാരണമാംവിധം ഉറക്കെ അലയടിച്ചു. ശബ്ദംകേട്ട് അതേ കട്ടിലിൽ ഇടതുവശത്തെ ചുമരിലേക്കു തിരിഞ്ഞുകിടന്നിരുന്ന കുസുമം ഉറക്കംവിട്ടു ഞെട്ടി എഴുന്നേറ്റു. സമയം നോക്കി ഒന്നുകൂടെ കിടക്കാം എന്നു കരുതുമ്പോഴേക്കും വീണ്ടും ഇടവിട്ട് അതേ ശബ്ദം അതിലും ഭീകരമായി കേൾക്കാൻ തുടങ്ങി.

''ഓ, നിങ്ങൾക്കിതെന്തു പറ്റി, ഒറങ്ങാനും സമ്മതിക്കൂലേ'' എന്നു പിറുപിറുത്ത്, അവൾ എണീറ്റ് അഴിഞ്ഞുകിടന്ന നീളൻമുടി വാരിക്കെട്ടി അടുക്കളയുടെ അപ്പുറത്തെ മുറിയിലേക്കു നടന്നു.

എന്നും നാലുമണിക്കു മുമ്പേ ഗംഗാധരന്റെ തികട്ടൽ ശബ്ദം ഉണർത്താൻ തുടങ്ങിയപ്പോഴാണ് ഇരുപത്തഞ്ചു വർഷമായി ഒരേ കട്ടിലിൽ കിടക്കുന്ന ശീലം കുസുമം മാറ്റാൻ തീരുമാനിച്ചത്.

''നേരംവെളുപ്പിനു ഞെട്ടി ഒണർന്നാ പിന്നെ ആ ദൂസം പോക്കാ'' എന്ന ന്യായത്തോടെ അവൾ വിദഗ്ധമായി ഇടനാഴിക്കപ്പുറത്തുള്ള ഇടുങ്ങിയ മുറിയിലേക്കു കിടത്തം മാറ്റി. കുസുമത്തിന്റെ വിയർപ്പുമണം ശ്വസിച്ച് അവളുടെ തടിച്ച ശരീരത്തിന്റെ ഒരു വശം ചാരി ഒതുങ്ങി വീഴാതെ ശ്രദ്ധിച്ചു കിടന്നു ശീലമായ ഗംഗാധരന്റെ ഉറക്കം അതോടെ കുറഞ്ഞു.

വെളുപ്പിനേ നാലുമണിക്കു മുൻപേ തുടങ്ങുന്ന അമറൽ പ്രാതൽ കഴിക്കുന്ന വരെയും തുടർന്നു. അതുകഴിഞ്ഞ് ചെറിയ ഇടവേളകൾക്കുശേഷം വീണ്ടും തുടർന്നുകൊണ്ടിരുന്നു.

''പശൂന്റെ അമറൽ കേക്കാൻ ഇഷ്ടല്ലാത്തോണ്ട് അതിനെക്കൂടി വളർത്താത്ത എനിക്കീ ഗതി വന്നല്ലോ! ഇയാക്കടെ അമറൽ സഹിക്കുന്ന നേരം പശു ആയിരുന്നേൽ നല്ല പാലെങ്കിലും കുടിക്കാർന്നു.'' കുസുമം ദേഷ്യത്തിൽ ചായക്കടക്കാർ ആറ്റുന്നപോലെ സംസാരത്തിനനുസരിച്ച് ചായ ആറ്റി.

''നിങ്ങക്കൊന്നു ഡോക്ടറുടെ അടുത്ത് പോയ്ക്കൂടെ മനുഷ്യാ. നാട്ടുകാരൊക്കെ പരാതി പറയാൻ തൊടങ്ങൂലോ ഇങ്ങനെ പോയാ.'' അവൾ ഉറക്കെ വിളിച്ചുപറഞ്ഞു. അതിനിടയിൽ വീണ്ടും തികട്ടൽ ശബ്ദം ഉയർന്നുകേട്ടതിനാൽ, പറഞ്ഞത് അയാൾ കേട്ടില്ലേ എന്നു സംശയിച്ചു, ഒരു കയ്യിൽ ചായയുമായി സാരിത്തലപ്പുകൊണ്ട് മുഖത്തെ വിയർപ്പു തുടച്ച് അയാൾക്കരികിലേക്കു നടന്നു.

ഗംഗാധരൻ തന്റെ വീർത്തുമുട്ടിയ വയർ തടവി പ്രശ്നത്തിന്റെ ഉത്ഭവം എവിടെനിന്നാകും എന്ന് ആലോചിച്ചു ഉമ്മറത്തിണ്ണമേൽ ഇരിക്കുകയായിരുന്നു.

''ജോബിടെ കടേന്നു മേടിച്ച വാട്ടക്കപ്പ തിന്ന അന്നു തൊട ങ്ങീതാ.'' അയാൾ ദൂരേക്കു നോക്കി പറഞ്ഞു.

''അത് പറഞ്ഞപ്പളാ ഓർത്തേ, അന്നല്ലേ മോള് വീടുപണിക്ക് പൈസ ചോയിച്ചു വന്നേ. ന്നിട്ട് അതിന്റെ തീരുമാനം ആയോ?''

''അന്നല്ലേടി നമ്മടെ മോൻ ബൈക്ക് വേണംന്നു പറഞ്ഞതും വായീ തോന്നീത് പറഞ്ഞ് എറങ്ങിപ്പോയതും. അവൻ വന്നാ?'' അയാൾ ഒന്നു നിശ്വസിച്ച് ഒന്നുകൂടെ തികട്ടി ദൂരേക്കു തുപ്പി.

''മ്. എന്റെ മാലയും രണ്ടു വളയും പണയം വച്ചത് എടുക്കണ്ട ദെവസം എന്നോ കഴിഞ്ഞെക്ക്ണ്.'' കുസുമം ചായഗ്ലാസ് സാരി ത്തലപ്പുകൊണ്ട് തുടച്ചു തിണ്ണയിൽ അയാൾക്കരികിലായി വച്ചു.

അതുകേട്ടതും അയാൾ ഉറക്കെ രണ്ടുമൂന്നു തവണ നിർത്താതെ തികട്ടിക്കൊണ്ടിരുന്നു.

''ഹോ, ന്തൊരു ശല്യം. ഇത് മാറാമ്പോണില്ലേ. ഡോക്ടറെ കാണിക്കിൻ. കൂടെള്ളോർക്ക് ചെവിതല സൈ്വര്യല്യാ.'' അവൾ വേഗം ദേഷ്യത്തോടെ അടുക്കളയിലേക്കു തിരിഞ്ഞുനടന്നു.

അയാൾ അസ്വസ്ഥനായി ഗ്ലാസ് എടുത്തു ചായ ഊതിക്കുടിച്ചു ബാക്കി മുറ്റത്തേക്കു കളഞ്ഞു ഗ്ലാസ്സുമായി അകത്തേക്കു നടന്നു.

''എടിയേ, വാസുവൈദ്യരുടെ അടുത്തു പോയാലോ? ദഹന ക്കേടിന്റെയാവും. കഷായം കുടിച്ചാ മാറും.'' അയാൾ കുമ്പിട്ട് അരി കഴുകുന്ന അവൾക്കു പുറകിലായി ചെന്നുനിന്നു.

''മരുന്ന് ആയാലും കഷായം ആയാലും വേണ്ടൂലാ, ഈ അമർച്ച ഒന്നു മാറിയാ മതിയപ്പാ.'' അവൾ ഒരു കൈ തലയ്ക്കുവച്ച് നിവർന്നു നിന്നു.

അയാൾ വസ്ത്രം മാറി വൈദ്യശാലയിലേക്കു പുറപ്പെട്ടു. വൈദ്യരെ കണ്ടു പ്രശ്നങ്ങൾ ഒക്കെ പറഞ്ഞു. വൈദ്യർ പറഞ്ഞതനുസരിച്ച് രണ്ടുതരം കഷായവും ഒരു ഗുളികയും മേടിച്ചു തിരിച്ചു വീട്ടിലെത്തി.

രണ്ടു ദിവസം കയ്പും ചവർപ്പും കലർന്ന കഷായം കുടിച്ചിട്ടും തികട്ടലും ശബ്ദവും കൂടിയതല്ലാതെ കുറഞ്ഞില്ല.

''ഇനി നിങ്ങക്ക് കൊറോണ വല്ലതും ആണോ മനുഷ്യാ, പനി എങ്ങാനുംണ്ടാ? ഈ വലഞ്ഞ ശബ്ദം കാരണം അടുത്തുവന്നു തൊട്ടുനോക്കേം ചെയ്തില്ല.'' കുസുമം വയർ വീർത്തു തികട്ടി ഇരിക്കുന്ന ഗംഗാധരന്റെ നെറ്റിയിലും നെഞ്ചിലും തൊട്ടുനോക്കി. ചെറുചൂടുപോലുമില്ലാതെ തണുത്തിരിക്കുന്നതിനാൽ ആശ്വാസച്ചിരിയോടെ അയാളെ നോക്കി.

തുടർദിവസങ്ങളിൽ ജീരകം, അയമോദകം, ഉലുവ തുടങ്ങി അടുക്കളയിൽ ഉള്ള ഔഷധമൂല്യമുള്ള വസ്തുക്കൾ എല്ലാം പെറുക്കിയിട്ടു വെള്ളം തിളപ്പിച്ച് കുസുമം ഒറ്റമൂലി എന്ന പേരിൽ ഇടനേരങ്ങളിൽ അയാളെ കുടിപ്പിച്ചു. വെള്ളവും കഷായവും കുടിക്കലും ബാക്കി സമയങ്ങളിൽ വലിയ വായിൽ തികട്ടലും ആയതിനാൽ ഭക്ഷണം കഴിക്കാൻകൂടി ആവാതെ അയാൾ വലഞ്ഞു.

''നിങ്ങക്ക് ഇങ്ങനെ വീട്ടില് കൂനിക്കൂടി ഇരിക്കാതെ ആ നെരത്തിലൊക്കെ പോയി വന്നൂടെ. ഇച്ചിരി നടന്നാ ചെലപ്പോ മാറിയാലോ.'' അവൾ അയാളെ സഹതാപത്തോടെ നോക്കി.

''എങ്ങട്ട് നടക്കാൻ, തെക്കേലെ വറീതിനു കൊടുക്കാനുള്ള കടം കൊടുത്തുതീർത്തിട്ടില്ല, ഇങ്ങോട്ടു പൈസ തരാൻ ഉള്ളതോണ്ട് സുധാകരനും മൂസേം കണ്ടാ തിരിഞ്ഞുനടക്കും. പിന്നെ നല്ലപ്പൻ കാലത്തു കൂടെനിന്നിട്ടും എട്ടിന്റെ പണി തന്നതിനാൽ പാർട്ടിക്കാരെ കണ്ടാ കലീം വരും. അയിനൊക്കെ പൊറമേ അബടെം ഇബടേം ഇയ്യിപ്പോ പറഞ്ഞ ആ അസുകോം. അയിലും ഭേദം ഈ തിണ്ണമ്പില് ചുരുണ്ടുകൂടി ഇരിക്കണതാ.''അയാൾ നെഞ്ച് തടവിക്കൊണ്ടിരുന്നു.

''കൊറച്ചൂസായി മോള് വിളിക്ക്ണു. ഞാനവളുടെ അടുത്ത് രണ്ടൂസം നിന്നിട്ടു വരാം. ഇബടെ ഇങ്ങടെ ഈ 'ബ്ഭേ ബ്ഭേ' കേട്ടു മടുത്തു.''

കുസുമം അയാളുടെ മറുപടിക്കു കാത്തുനിൽക്കാതെ തുണികളും അച്ചാറും കൊണ്ടാട്ടവും ബാഗിൽ നിറച്ചു. പറമ്പിൽ കായ്ച്ചുനിൽക്കുന്ന വാഴയിൽനിന്നും ഒരു പടല കായയും പാപ്പായ മരത്തിൽനിന്നും കുറച്ചു പപ്പായയും അറുത്ത് കവറിൽ ഇട്ടു.

''ദേ, രാത്രിക്കു കഴിക്കാനുള്ളത് അടുക്കളപ്പുറത്ത് അടച്ചുവച്ചിട്ടുണ്ട്, എടുത്തു കഴിച്ചോണം.'' അതും പറഞ്ഞു ഗംഗാധരന്റെ വയറുപോലെ ഉന്തിനിൽക്കുന്ന ബാഗും കവറും താങ്ങിപ്പിടിച്ചു കുസുമം മകളുടെ വീട്ടിലേക്കു പോയി.

കഷായവും കുസുമത്തിന്റെ ഒറ്റമൂലിയും കഴിച്ചിട്ടും ഒരു രക്ഷയുമില്ലാതെ അയാൾ അന്നു വൈകുന്നേരം വീണ്ടും വൈദ്യരുടെ അടുത്തെത്തി.

''ഇനി ഏതു മാറാത്ത അസുഖവും മാറ്റാൻ ഒറ്റമരുന്നേ ഉള്ളു, നിങ്ങള്ക്ക് പറഞ്ഞപോലെ ചെയ്യാൻ പറ്റൂങ്കില് പറഞ്ഞരാം. മരുന്ന് പറയണപോലെ സേവിക്കണം, അല്ലേൽ ഫലണ്ടാവില്ല.'' വൈദ്യർ പറഞ്ഞു.

''എന്ത് വെഷം തന്നാലും കഴിക്കുന്ന അവസ്തേലാ വൈദ്യരെ, വൈദ്യര് പറഞ്ഞോളിൻ.'' ഇടവിട്ട് തികട്ടുന്നതിനിടെ നെഞ്ച് തടവി ഗംഗാധരൻ പറഞ്ഞൊപ്പിച്ചു.

''ഒരൊറ്റ ഗുളിക കഴിച്ചാ മതി. പക്ഷേ, ദിവസേന എണീറ്റ് ന്നേലും കഴിക്കുന്നതിനു മുമ്പേ നേരിട്ടു കറന്നെടുത്ത ചൂട് ആട്ടിൻ പാലിൽ ചാലിച്ച് ഉടനെ കഴിക്കണം, പറ്റ്വോ?'' വൈദ്യർ അയാളെ നോക്കി.

''അസുഖം മാറൂങ്കി ആട്ടിൻപാലിൽ അല്ല ആനപ്പാലിൽ വേണെങ്കിലും കഴിക്കാം.'' അയാൾ പറഞ്ഞു.

വൈദ്യർ നിർദേശിച്ചപോലെ ആട്ടിൻപാലിൽ ചേർത്തുകഴിക്കാം എന്നേറ്റു ഗുളികയും മേടിച്ചു ഗംഗാധരൻ വീട്ടിലെത്തി.

രാവിലെ വെറുംവയറ്റിൽ ഗുളിക കഴിക്കണമെങ്കിൽ അത്രേം നേരത്തേ ആട്ടിൻപാൽ ആര് കൊണ്ടത്തരും എന്നാലോചിച്ച് അയാൾ തല പുകച്ചിരിക്കുമ്പോൾ മൂസ കേറിവന്നു.

''നായരെ, ഇങ്ങക്ക് ആട്ടിൻപാല് വേണംന്നു കേട്ടല്ലോ, ഞമ്മടെല് ഒരാടുണ്ട്, പ്രസവത്തില് കുട്ട്യോള് മരിച്ചു. പച്ചേങ്കി അത്യാവശ്യത്തിനു പാല് ചൊരത്തുന്നുണ്ട്. ഇങ്ങക്ക് ഉള്ളത്ണ്ടാവും. ഇങ്ങള് ഇയിനെ ബച്ചിട്ട് ആ കടം അങ്ങട്ട് മറന്നാളി.'' മൂസ കുട മുറ്റത്തെ മണ്ണിൽ കുത്തിനിർത്തി ചിരിച്ചു.

''അന്റെ ആട് സൊർണ്ണം കൊണ്ട് ഉണ്ടാക്കീതാണോ മൂസേ, നാപ്പതിനായിരം മറക്കാൻ.''

''തക്കാലത്തിനു ഇങ്ങള് ഇതങ്ങട്ട് സബൂറാക്കിക്കാളി, ബാക്കി തരംപോലെ തരാന്നും.''

ആട്ടിൻപാൽ അത്യാവശ്യമായതിനാൽ ഗംഗാധരൻ മനസ്സില്ലാമനസ്സോടെ സമ്മതിച്ചതോടെ ആട് വീട്ടുമുറ്റത്തെത്തി. രണ്ടു ദിവസത്തിനകംതന്നെ വൈദ്യൻ പറഞ്ഞ മരുന്ന് ഫലം കണ്ടുതുടങ്ങിയതോടെ തൊടിയിൽ കെട്ടിയ ആടിനെ ഗംഗാധരൻ ഉമ്മറത്തെ തൂണിൽ കെട്ടാൻ തുടങ്ങി. തന്നെ അസുഖത്തിൽനിന്നും രക്ഷിച്ച ആടിന്

പ്ലാവിലയും ആടലോടകവും കൊടുത്ത് അതിനോടു മിണ്ടിയും പറഞ്ഞും തിണ്ണയിൽ ഇരിക്കാൻ തുടങ്ങി. കുസുമത്തെപ്പോലെ തടിച്ചുകൊഴുത്ത ആടിനെ നോക്കി അയാൾ സ്നേഹത്തോടെ നീട്ടിവിളിച്ചു, 'സുമാംഗീ'. വിളികേട്ടപോലെ ആട് തലയാട്ടി.

വീട്ടിൽ ഒറ്റയ്ക്കായ ഗംഗാധരൻ ഓരോ ചെറിയ കാര്യത്തിനും ഭാര്യയെ മൊബൈലിൽ വിളിച്ചുകൊണ്ടിരുന്നു. ''കുസുമം, ചോറിന്റെ അരി ഏതു പാത്രത്തിലാ?''

''വയ്യാത്ത നേരത്ത് എന്തിനാ മനുഷ്യാ ചോറും സദ്യേം ഉണ്ടാക്കാൻ നിക്കുന്നേ? നീലപ്പാത്രത്തിൽ പൊടിയരി ഉണ്ട്. മൂന്നു നേരവും അതങ്ങ് ഉണ്ടാക്കി കുടിച്ചാ പോരെ. ഇടയ്ക്കിടയ്ക്കു ചായപ്പൊടി എവടെ, പഞ്ചാര എവടെന്നു ചോയിച്ചു വിളിക്കണ്ട.'' അവൾ ദേഷ്യത്തോടെ കാൾ കട്ട് ചെയ്തു.

തന്റെ ഫോൺവിളികൾ പോലും ഭാര്യയ്ക്ക് അസ്വസ്ഥത ഉണ്ടാക്കുന്നു എന്നു മനസ്സിലാക്കിയ ഗംഗാധരൻ ഫോൺവിളിയും നിർത്തി. മൂന്നുനേരവും കഞ്ഞിവച്ച് സുമാംഗിയോടൊപ്പം കഴിച്ച് സുഖമായി അയാൾ ആ വീട്ടിൽ പരാതിയോ പരിഭവമോ ഇല്ലാതെ കഴിഞ്ഞു. ഒരു മനുഷ്യനെപ്പോലും കാണാതെ കുറേ ദിവസങ്ങൾ സുമാംഗിയോടൊപ്പം കഴിഞ്ഞപ്പോൾ പരസ്പരം മനസ്സിലാക്കാവുന്ന ഒരു ഭാഷ അവർക്കിടയിൽ രൂപപ്പെട്ടു. തികട്ടലും വയർ വീർത്തുമുട്ടലും മാറി അയാൾ പതിവിലും ആരോഗ്യവാനും സന്തോഷവാനുമായി.

ഗംഗാധരനു കൊറോണ ഇല്ല എന്നും തികട്ടൽ മാറി എന്നും പൂർണ്ണബോധ്യം വന്നതോടെ കുസുമം ബാഗും പിടിച്ചു ചിരിച്ചുകൊണ്ട് തിരിച്ചു വീട്ടിൽ വന്നുകയറി. തിണ്ണയിൽ ഇരുന്ന് സുമാംഗിയോടു സംസാരിച്ചുകൊണ്ടിരുന്ന ഗംഗാധരൻ അവൾക്കു കുസുമത്തെ ചൂണ്ടിക്കാണിച്ചുകൊണ്ട് പറഞ്ഞു, 'മ്ഹെ, മ്ഹേ'.

ആട് തലയാട്ടി തിരിച്ചുപറഞ്ഞു, 'മ്ഹേ'

''ഇതേതാപ്പോ പുതിയ കുരിശ്.'' കുസുമം തൂണിൽ ചാരിനിന്ന് തലയിൽ കൈവച്ചു.

അയാൾ ഭാര്യയെ കൂടുതൽ ശ്രദ്ധിക്കാതെ അകത്തേക്കു നടന്നു, കൂടെ തൊട്ടുരുമ്മി സുമാംഗിയും.

''കൂയ്, നായരെ, ഇങ്ങടെ ജയിൽവാസൊക്കെ കഴിഞ്ഞോ? ഒന്നിങ്ങട്ട് ബന്നാളെ.'' മൂസ മുറ്റത്തുനിന്ന് ഉറക്കെ ഗംഗാധരനെ വിളിച്ചു.

''മ്ഹെ..'' ഗംഗാധരൻ പുറത്തു വന്ന് ഉമ്മറത്തെ തൂണിൽ ചാരി നിന്നു, കൂടെ തൊട്ടുരുമ്മി സുമാംഗിയും.

''ഒന്നും പറയണ്ടന്റെ നായരേ, ഹലാക്കിന്റെ അവലുംകഞ്ഞി ആയിപ്പോയി, അസുകം മാറീലേ, ഇങ്ങള് ന്റെ ആടിനെ തിരിച്ചു തന്നാളി.'' കടലാസിൽ പൊതിഞ്ഞ പൈസയുടെ കെട്ട് ഉമ്മറത്തിണ്ണ യിൽവച്ച് ആടിന്റെ തലയിൽ തടവി മൂസ പറഞ്ഞു. മൂസ തൊട്ടതും സുമാംഗി 'മേഹ്' എന്നു കരഞ്ഞ് വീടിനകത്തേക്ക് ഓടി.

''മ്ഹെ, മ്ഹെ. ബേഹ്...'' അതും പറഞ്ഞു ഗംഗാധരനും അക ത്തേക്കു നടന്നു, കട്ടിലിനു താഴെയായി വിരിച്ച കമ്പളത്തിൽ തന്റെ വരവും കാത്തു കിടക്കുന്ന സുമാംഗിയുടെ നെറുകയിൽ സ്നേഹ ത്തോടെ തലോടി.

■

‘അനന്ത’വീക്ഷണം

നേരം പരപരാ വെളുക്കുംമുൻപേ അനന്തൻ മാഷ് വീട്ടിൽനിന്നും ഇറങ്ങി, നീണ്ടുകിടക്കുന്ന പാടവരമ്പിലൂടെ നടന്ന്, ഭഗവതിക്ഷേത്രത്തിൽ തൊഴുത് റോഡിലേക്കു കയറി ഇടത്തോട്ടു തിരിയുന്ന ഇടവഴിയിലൂടെ കേറി തന്റെ പഴയ സ്കൂളിനുചുറ്റും ഒന്നു പ്രദക്ഷിണം വച്ച് വീണ്ടും നടന്ന് പിഷാരടികോവിലിന്റെ നടയ്ക്കു ചെന്നു തൊഴുത് തിരിച്ചു വീട്ടിലേക്കു പോകും. റിട്ടയർ ആയതിനുശേഷം പതിനഞ്ചു കൊല്ലമായി മാഷ് തുടർന്നുപോരുന്ന പതിവാണ് ഇത്. അധ്യാപകനായി സേവനമനുഷ്ഠിച്ച നീണ്ട മുപ്പത്തിമൂന്നു വർഷങ്ങൾ പിന്തുടർന്ന ശീലം മാറ്റാൻ പറ്റാത്തതുകൊണ്ടോ എന്തോ ഈ എഴുപത്തിമൂന്നാം വയസ്സിലും അയാൾ രാവിലെയും വൈകീട്ടും കിലോമീറ്ററുകളോളം ആ വഴികളിലൂടെ സ്ഥിരമായി നടന്നുവന്നു.

‘‘ഈ പ്രായത്തിലും മാഷിന്റെ ആരോഗ്യം കണ്ടോ!’’ പാടത്തിനു നടുവിലൂടെ ഒഴുകുന്ന തോട്ടിൽ ചൂണ്ടയിടാൻ വന്ന ദാസപ്പനും രാവിലെ വീടുകളിൽ പേപ്പറും പാലും കൊടുക്കാനായി തോട്ടുവക്കിലൂടെ ഷോർട്ട്കട്ട് പിടിച്ച സതീശനും ഒരേസമയം പറഞ്ഞു. അതോടെ മാഷ് വരമ്പിൽ വഴുക്കി താഴെ പാടത്തു വീണു. തലേന്നു പെയ്ത മഴയിൽ അത്യാവശ്യം വെള്ളം നിറഞ്ഞുനിന്നതിനാൽ മുഖം ചെളിയിൽ പൂണ്ടു ബോധംകെട്ടു പാടത്തു കിടന്നു. സതീശനും ദാസപ്പനും ഓടിച്ചെന്ന് മാഷിനെ താങ്ങി എണീപ്പിച്ച് ഉറക്കെ വിളിച്ച് ആളുകളെ കൂട്ടി ആശുപത്രിയിൽ എത്തിച്ചു. പെട്ടെന്നു വന്ന അറ്റാക്ക് ആയിരുന്നു മാഷ് വീഴാൻ കാരണം. വീണ് കാലിന്റെ എല്ല് പൊട്ടിയതിനാൽ പ്ലാസ്റ്റർ ഇട്ട് രണ്ടു ദിവസത്തെ ആശുപത്രിവാസത്തിനുശേഷം മാഷ് വീട്ടിൽ തിരിച്ചെത്തി. മാഷ് വീട്ടിൽ എത്തിയതറിഞ്ഞ് അധ്യാപകരും പൂർവ്വവിദ്യാർത്ഥികളും നാട്ടുകാരും സന്ദർശകരായി എത്തിത്തുടങ്ങി. വന്നവർ തന്നെക്കുറിച്ച് പറയുന്ന മഹത്വങ്ങളും ഗുണഗണങ്ങളും കേട്ട് സന്തോഷിച്ചു കാലു നീട്ടിക്കിടക്കുമ്പോഴാണ് തന്റെ പഴയ രണ്ടു വിദ്യാർത്ഥികളുടെ സംസാരം അയാളുടെ ചെവിയിലെത്തിയത്.

‘‘മാഷ് കണ്ണുകാണാതെ തടഞ്ഞുവീണതാകും ല്ലേ?’’

‘‘മാഷിനു പണ്ടേ കണ്ണിനു കേടുണ്ട്. അല്ലേൽ ആ പാവം വാസു മാഷേനേം ദിവാകരൻ മാഷേനേം കുറിച്ച് അപവാദം ഉണ്ടാക്കുമോ?’’

‘‘അതൊക്കെ കൊല്ലങ്ങൾക്കു മുന്നേ നടന്ന കാര്യം അല്ലേ. ഇപ്പൊ പറയുന്നതെന്തിന്. വിട്ടുകള.’’

വർഷങ്ങൾക്കു മുൻപേ നടന്ന ആ കാര്യത്തിന് ആദ്യമായാണ് തന്നെ കുറ്റം പറയുന്നത് ഇത്രയും കാലത്തിനുശേഷം അയാളുടെ ചെവിയിലെത്തിയത്. അതയാളുടെ ഓർമ്മയെ ഇരുപത്തേഴു വർഷങ്ങൾ പുറകിലെത്തിച്ചു.

സാമൂഹ്യപാഠം പഠിപ്പിക്കുന്ന മാഷായിരുന്നു എങ്കിലും, സ്കൂളിലെ സാഹിത്യപരിപാടികൾക്കും കലാപരിപാടികൾക്കും സ്പോർട്സിനും എല്ലാം നേതൃത്വം വഹിച്ചിരുന്ന, എല്ലാവരും ബഹുമാനിക്കുകയും ഒരുപാടിഷ്ടപ്പെടുകയും ചെയ്തിരുന്ന അദ്ധ്യാപകനായിരുന്നു അയാൾ. ആ കാലഘട്ടത്തിൽ തന്റെ കണ്ണിന്റെ പാകപ്പിഴകൊണ്ട് ഒരു അബദ്ധം പറ്റിയോ എന്ന ചിന്ത, ഒടിഞ്ഞ കാലിന്റെയും ബ്ലോക്ക് വന്ന നെഞ്ചിന്റെയും വേദനയെക്കാൾ വലിയ വേദനയായി മനസ്സിനെ മഥിച്ചുകൊണ്ടിരുന്നു. ഈ ചിന്തയാൽ വ്യാകുലപ്പെട്ടു കിടക്കുമ്പോഴാണ് മാഷിനെ കാണാനായി സുമിത വീട്ടിലെത്തുന്നത്.

കലാപരമായി നല്ല കഴിവും പഠിക്കാൻ മിടുക്കിയുമായ അവൾ, തന്റെ കൂടെ ജോലിചെയ്ത സത്യഭാമ ടീച്ചറുടെ മകൾകൂടി ആയതിനാൽ മാഷിന് അവളോടു പ്രത്യേക മമതയും സ്നേഹവും ഉണ്ടായിരുന്നു. മാഷ് അവളെ കണ്ടതും സന്തോഷത്തോടെ അടുത്തുവിളിച്ചു വാത്സല്യത്തോടെ പ്ലേറ്റിൽ വച്ചിരിക്കുന്ന ബിസ്കറ്റ് എടുത്ത് കൊച്ചുകുട്ടിയോടെന്നപോലെ അവളുടെ കയ്യിൽ പിടിപ്പിച്ചുകൊണ്ട് പറഞ്ഞു,

‘‘എനിക്ക് നിന്നോടൊരു കാര്യം പറയാൻ ണ്ട്, ഇവടെ ഉള്ളോരൊക്കെ ഒന്നങ്ങട്ട് മാറട്ടെ, ന്നിട്ട് പറയാം.’’

മാഷിനു തന്നോടെന്താകും പറയാനുണ്ടാകുക എന്നോർത്ത്, പണ്ട് അഞ്ചാം ക്ലാസ്സിൽ പഠിക്കുമ്പോൾ ആരും കാണാതെ ക്ലാസിനിടെ ഡസ്കിനടിയിൽ ഒളിച്ചുവച്ചു തിന്നപോലെ, അവൾ തലകുമ്പിട്ട് പതുക്കെ കൈയിലെ ബിസ്കറ്റ് കടിച്ചുതിന്നുകൊണ്ടിരുന്നു.

മുറിയിൽ ഉണ്ടായിരുന്ന ആളുകൾ പോയപ്പോൾ മാഷ് അവളെ അടുത്തു വിളിച്ച് തന്റെ അരികിൽ ഇരിക്കാൻ ആംഗ്യം കാണിച്ചു വളരെ ശബ്ദം കുറച്ചു പറഞ്ഞു, ‘‘കുട്ടീ, എനിക്കൊരു സഹായം ചെയ്തു തരണം, കുറെ മുമ്പത്തെ കാര്യാ, ഇപ്പൊ അതൊരു കരടായി മനസ്സിൽ കെടക്കാ.’’

‘‘ന്താച്ചാ പറയൂ മാഷേ, പറ്റുന്നതാണെങ്കിൽ ചെയ്യാലോ.’’

‘‘ഇതിപ്പോ കുട്ടിയോടെങ്ങനാ പറയാന്നറിയില്ല, പറയണത് ശരിയാണോന്നും അറീല. വേറെ ആരോടും പറയാനും ഇല്ല.’’ മാഷ് വീണ്ടും ആലോചനാനിമഗ്നനായി.

‘‘വേം പറയൂ മാഷേ, കുട്ട്യോള് ക്ലാസ്സ് കഴിഞ്ഞ് എത്തുമ്പോഴേക്കും വീട്ടിൽ എത്തണം.’’

‘‘കുട്ടിക്ക് ഓർമ്മല്ല്യേ, കുട്ടി പത്തില് പഠിക്കുമ്പോ ദിവാകരൻ മാഷേം വാസുമാഷേംപറ്റി ഞാനൊരൂട്ടം കണ്ടുപിടിച്ചാരുന്നല്ലോ. അതു ശരിയല്ലേന്ന് ഇപ്പൊ ഒരു ശങ്ക.’’

സുമിതയുടെ മനസ്സിലൂടെ കൊള്ളിയാൻ മിന്നി. ഇരുപത്തിയേഴു വർഷങ്ങൾക്കുമുമ്പ്, സ്വവർഗാനുരാഗം എന്ന സംഭവം അന്നാട്ടുകാരോ എന്തിനു കേരളക്കരയിൽപോലും കേട്ടുകേൾവിയില്ലാത്ത കാലത്താണ് മാഷ് തന്റെ കൂടെ ജോലിചെയ്യുന്ന രണ്ടുപേരെക്കുറിച്ച് അങ്ങനൊരു വിവാദം ഉണ്ടാക്കിയത്. നാട്ടുകാർക്കു സമ്മതനായ അനന്തൻ മാഷ് പറഞ്ഞതുകൊണ്ട് നാട്ടുകാർ ഒന്നടങ്കം അതു വിശ്വസിച്ചു. ആ വിശ്വാസത്തിന് ആക്കംകൂട്ടാനെന്നപോലെ, വാർത്ത പരന്ന് മൂന്നുമാസത്തിനകം ഭാര്യ ഉപേക്ഷിച്ചുപോയ ദിവാകരൻ മാഷും കല്യാണം കഴിക്കാത്ത വാസുമാഷും ഒന്നിച്ചു താമസം തുടങ്ങുകയും ചെയ്തു. അതോടെ നാട്ടുകാർ ആ കാര്യം സ്ഥിരീകരിച്ചു. അവരെ തികച്ചും ഒറ്റപ്പെടുത്തുകയും അവർ പഠിപ്പിക്കുന്ന സ്കൂളിൽ കുട്ടികളെ പഠിക്കാൻ വിടില്ല എന്നു ശാഠ്യം പിടിക്കുകയും ചെയ്തു. ആ കാര്യത്തെക്കുറിച്ചാണ് ഇപ്പോൾ അനന്തൻമാഷിനു സംശയം വന്നിരിക്കുന്നത്. അതും നീണ്ട ഇരുപത്തിയേഴു വർഷങ്ങൾക്കു ശേഷം, ആ രണ്ടു പേരിൽ കണക്കധ്യാപകനും കണിശക്കാരനുമായ വാസുമാഷ് മാത്രം ജീവിച്ചിരിക്കുന്ന സമയത്ത്.

‘‘കുട്ടി എനിക്കുവേണ്ടി അതൊന്ന് അറിഞ്ഞു വരോ? മാഷിനോടു ചോദിക്കേ, അല്ലെങ്കി എങ്ങനെങ്കിലും.’’ മാഷ് ദയനീയമായി അവളുടെ മുഖത്തേക്കു നോക്കി.

എട്ടിലും പത്തിലും തന്റെ കണക്കുസാർ ആയിരുന്ന വാസുമാഷിന്റെ അടിയുടെ പാട് ഇപ്പോളും ഉണ്ടോ എന്നവൾ അറിയാതെ പരതി. വളരെ സാധുവായിരുന്ന മലയാളം അധ്യാപകൻ ദിവാകരൻ മാഷിനോടായിരുന്നെങ്കിൽ ചോദിക്കാമായിരുന്നു. അതിനിപ്പോൾ ആൾ ജീവനോടെയില്ല.

‘‘ഇതിപ്പോൾ പാക്കിസ്ഥാൻ അതിർത്തിയിൽ ചെന്ന് പണ്ടത്തെ വിഭജനത്തിന്റെ കാര്യം ചോദിക്കാൻ പറഞ്ഞപോലായല്ലോ.’’ അവൾ ആത്മഗതം ചെയ്തു.

‘‘ഞാൻ നോക്കട്ടെ മാഷേ’’ എന്നുപറഞ്ഞ് അവൾ അവിടെനിന്നും ഇറങ്ങാനൊരുങ്ങി.

പണ്ട് അവളുടെ അമ്മയുടെകൂടെ ആ വീട്ടിൽ ചെല്ലുമ്പോൾ സ്നേഹത്തോടെ കൈയിൽ പിടിപ്പിക്കാറുണ്ടായിരുന്നപോലെ ബാക്കിയുള്ള ബിസ്കറ്റുകൾകൂടി അവളുടെ കൈയിൽ പിടിപ്പിച്ചു മാഷ് പ്രതീക്ഷയോടെ അവളെ നോക്കി.

സ്കൂൾ കാലഘട്ടത്തിലെപ്പോലെ ബിസ്കറ്റിനോട് ഇപ്പോൾ താല്പര്യവുമില്ലാതിരുന്നിട്ടും മാഷിനെ എതിർക്കാൻ വയ്യാത്തതിനാൽ നാല്പത്തിരണ്ടുകാരിയായ അവൾ ആ കൈക്കൂലി ആരും കാണാതെ കൈകളിൽ ഒളിപ്പിച്ചു സ്കൂൾകുട്ടിയെപ്പോലെ പുറത്തേക്കു കടന്നു. കുട്ടികൾ എത്തുമ്പോഴേക്കും വീട്ടിൽ എത്തണം എന്ന കാര്യം മറന്ന് അവൾ വാസുമാഷിന്റെ വീട്ടിലേക്കു നടന്നു. അധികമാരും ചെല്ലാതെ കരിയില കൂടിക്കിടക്കുന്ന മുറ്റത്തൂടെ നടന്ന് അവൾ ആ ഓടിട്ട പഴയ വീടിന്റെ ഉമ്മറത്തേക്കു കയറി.

''ആരാ, പിരിവിനാണേൽ നിക്കണ്ട, പൊക്കോ.'' അകത്തുനിന്നും വാസുമാഷ് ജനലിലൂടെ പുറത്തേക്കു നോക്കി പറഞ്ഞു.

''മാഷേ, ഇതു ഞാനാ, സത്യഭാമ ടീച്ചറുടെ മോൾ.''

അതു കേട്ടതും മാഷ് വാതിൽ തുറന്നു പുറത്തുവന്നു കസേരയിൽ ഇരുന്നു. അവളോട് തിണ്ണയിൽ ഇരിക്കാൻ ആംഗ്യം കാണിച്ചു.

''എന്തേപ്പോ ഈ വഴി? നെന്നെ കണ്ടിട്ടിപ്പോ കൊല്ലം കൊറേ ആയല്ലോ. സത്യഭാമ മരിച്ച കൊല്ലം കണ്ടതാ.''

''അനന്തൻമാഷ്ക്ക് ഹാർട്ട് അറ്റാക്ക് വന്നു, വീണു കാലും ഒടിഞ്ഞു. കാണാൻ പോയിവരുന്ന വഴി മാഷിനേംകൂടി ഒന്നു കാണാംന്നു കരുതി.''

''അതിനിപ്പോ എന്റെ ഹാർട്ട്ന് ഒരു കൊഴപ്പോം ഇല്ല, ദാ കാലിനും കൊഴപ്പം ഇല്ല.'' മാഷ് കാലു രണ്ടും ആട്ടിക്കാണിച്ച് സ്വതസിദ്ധമായ ഭാവത്തോടെ പറഞ്ഞു.

''അയ്യോ അങ്ങനല്ല മാഷേ, ആ വഴി പോയപ്പോ, ബാക്കി മാഷന്മാരെ ഒക്കെ ഓർത്തപ്പോ, ഈ വഴി പോണതല്ലേ അപ്പൊ...'' അവൾ വാക്കുകൾക്കായി പരതി ചുമരിൽ വച്ചിട്ടുള്ള ഫോട്ടോയിലേക്കു നോക്കി. അതിൽ ദിവാകരൻമാഷും വാസുമാഷും തോളോടുതോൾ ചേർന്നു ചിരിച്ചുനിൽക്കുന്നു.

''വന്ന കാര്യം പറ നീയ്.'' അയാൾ ചിരിച്ചുകൊണ്ട് പറഞ്ഞു.

മാഷ് ചിരിക്കുന്നതു കണ്ട അവൾ വന്ന കാര്യം വിക്കിവിക്കി ഫോട്ടോയിൽ ചൂണ്ടി പറഞ്ഞു, ''പണ്ട് നിങ്ങൾ തമ്മിൽ പാടില്ലാത്ത ബന്ധം ഉണ്ടായിരുന്നു ന്നൊക്കെ കേട്ടിരുന്നല്ലോ, അതു സത്യാണോന്ന് അറിയാൻ.''

''അതിന് ഇപ്പൊ അത് പാടില്ലാത്ത ബന്ധം അല്ലല്ലോ. അല്ലെങ്കിലും ഏതാ പാടില്ലാത്ത ബന്ധം?''

''അല്ല, അന്നത്തെ കാലത്ത് അങ്ങനെ ആയിരുന്നൂലോ. അത് സത്യം ആണോന്ന് ഒരു സംശയം. അതോണ്ടു ചോദിച്ചതാ.''

''ഇത്രേം കാലത്തിനുശേഷം എന്തേ നെനക്കിപ്പൊ സംശയം തോന്നാൻ? എല്ലാരും ഒറപ്പിച്ച കാര്യം അല്ലാരുന്നോ?''

''എനിക്ക് അന്നേ സംശയം ഉണ്ടായിരുന്നു.''

''എന്ത്?''

''നിങ്ങള് തമ്മിൽ അങ്ങനെ ഒന്നും ഇല്ലാന്ന്.''

അതു കേട്ടതും മാഷിന്റെ മുഖത്തു സന്തോഷം വിരിഞ്ഞു.

''ആദ്യായിട്ടാ ഒരാൾ ഇതെന്നോടു പറയണത്, അത് നീതന്നെ ആയേല് സന്തോഷം.''

''ന്നാലും മാഷേ എന്താ അന്ന് അനന്തൻമാഷിന് അങ്ങനെ തോന്നാൻ കാരണം?''

''നെന്നോട് സത്യം പറഞ്ഞാ പോയ മാനം പ്പോ തിരിച്ചുകിട്ട്വോ?''

''അന്ന് അങ്ങനെ വിശ്വസിച്ചു എങ്കിലും എല്ലാർക്കും സത്യം അറിയണംന്ന് ആഗ്രഹം ഉണ്ടാകും.''

''ന്നാ കേട്ടോ, ന്റെ തുടയിടുക്കിൽ ഒരു മുഴ ഉണ്ടാരുന്നു. ഒറ്റയാൻ ആയതോണ്ട് ആരോടും പറയാതെ കോഴിക്കോട് ആശുപത്രിയിൽ പോയി ഓപ്പറേഷൻ ചെയ്യിച്ചു. ആ മുറിവ് എന്നും പഞ്ഞി മാറ്റി മരുന്നുവച്ചു കെട്ടണമായിരുന്നു. ഒറ്റയ്ക്കു പറ്റാത്തോണ്ട് ദിവാകരന്റെ സഹായം ചോദിച്ചു. അത് ഒളിഞ്ഞുകണ്ടിട്ടാണ് നെന്റെ അനന്തൻമാഷ് ഇങ്ങനെ കഥ ആക്കിയത്.''

അതുകേട്ട് അവൾ എന്തു പറയണമെന്നറിയാതെ ഇരുന്നു.

''ന്നാ ഒന്നുടെ കേട്ടോ, ആയകാലം മുതൽ എനിക്കു താല്പര്യം ഉണ്ടായിരുന്നത് നെന്റെ അമ്മോടാ, അവൾ നെന്റെ അച്ഛനെ കെട്ടിയതുകൊണ്ടാ ഞാൻ കെട്ടാതെ ഒറ്റയാനായി നടന്നത്.''

അതുകേട്ട് അവൾ നടുങ്ങി ഉത്തരം മുട്ടി ഇരുന്നു.

''നെന്റെ അച്ഛൻ മരിച്ചശേഷം അനന്തനും അവളോടു താല്പര്യം ഉണ്ടായിരുന്നോന്നു സംശയം ഉണ്ട്. അതോണ്ട് എനിക്കിട്ട് പണി ഒപ്പിച്ചതാണോന്നാ സംശയം. ഇനി പറഞ്ഞിട്ടെന്താ, പോയ കാലം മാനത്തു തെരഞ്ഞാ കിട്ട്വോ?''

അങ്ങോട്ടു വരേണ്ടിയിരുന്നില്ല. ഇതിന്റെ സത്യാവസ്ഥ അറിയാൻ അമ്മ ജീവിച്ചിരിപ്പില്ലല്ലോ. അങ്ങനൊരു ബന്ധം അമ്മയും അനന്തൻ

മാഷും തമ്മിൽ ഉണ്ടായിരുന്നില്ല എന്ന് ഉറപ്പാണ്. അതിനായി ഒരു കഥ മാഷ് കെട്ടിച്ചമച്ച് ഉണ്ടാക്കുമോ? അവൾ സ്വയം ചോദിച്ച്, ഇതൊന്നും അറിയേണ്ടിയിരുന്നില്ല എന്നു ചിന്തിച്ച് തലതാഴ്ത്തി ഇരുന്നു.

''ഇതാണ് സത്യമെങ്കിൽ മാഷിന് അന്നേ എല്ലാരോടും പറയാരുന്നില്ലേ?''

''ന്നിട്ട് എന്തിന്? ആരു കേൾക്കാൻ? കേട്ടപാടെ ദിവാകരന്റെ ഭാര്യ പെട്ടിം കെടക്കേം എടുത്ത് അവൾടെ വീട്ടിൽ പോയി. അങ്ങനെ ഒറ്റയ്ക്കായ അവനും പണ്ടേ ഒറ്റയ്ക്കായിരുന്ന ഞാനും ഒരേ വീട്ടിൽ താമസിക്കാനും തുടങ്ങി.''

''ന്നാലും പേരുദോഷം.''

''ചെയ്യാത്ത കാര്യത്തിന് എന്ത് പേരുദോഷം, നമ്മക്ക് നമ്മടെ മനസ്സാക്ഷിയെ ബോധിപ്പിച്ചാ പോരെ?''

പണ്ട് കണക്കു തെറ്റിച്ചപ്പോൾ 'കണ്ണുണ്ടായാൽ പോരാ കാണണം, ശരിയായത് കണ്ടുപിടിക്കണം' എന്നു പറഞ്ഞടിക്കുന്ന വാസു മാഷിനെ ഓർത്ത് അവൾ പെട്ടെന്ന് എഴുന്നേറ്റു.

''ന്നാ ഞാൻ പോട്ടെ മാഷേ, കണ്ടതിലും സംസാരിച്ചതിലും സന്തോഷം. കുട്ട്യോൾ വന്നുകാണും.''

''നെന്നെ ആ അനന്തനാവും ഇങ്ങോട്ട് അയച്ചത് അല്ലേ?''

അവൾ ഒന്നും മിണ്ടാതെ ഉത്തരം ഒരു ചിരിയിൽ ഒതുക്കി പടികൾ തിരിച്ചിറങ്ങി നടന്നു.

അനന്തൻ മാഷിനോട് ഈ സത്യം പറഞ്ഞാൽ മാഷിനു സങ്കടം ആവില്ലേ? കുറ്റബോധംകൊണ്ട് നീറില്ലേ, ഇങ്ങനെ ഒരവസ്ഥയിൽ എങ്ങനെ പറയും എന്നൊക്കെ ആലോചിച്ച് വിഷമിച്ച് ഇടവഴിയിലൂടെ തിരിച്ചുനടക്കുമ്പോൾ കുറച്ചുപേർ പാടവരമ്പിലേക്കിറങ്ങി ഓടുന്നത് അവൾ കണ്ടു.

''എന്തുപറ്റി രമേഷേ?''

''നമ്മടെ അനന്തൻ മാഷ് പോയി.''

അവൾ നിർനിമേഷയായി ദൂരെ പാടത്തിനപ്പുറമുള്ള മാഷിന്റെ വീട്ടിലേക്കു നോക്കിനിന്നു.

■

യമുനയിൽനിന്നും ഗംഗയിലേക്കുള്ള ദൂരം

ഗംഗയുടെ വീട്ടിൽനിന്നും തിരിഞ്ഞോടവേ എവിടെയൊക്കെയോ തട്ടി ഗോവർദ്ധനന്റെ കാലിൽ അസഹ്യമായ വേദന തുടങ്ങിയിരുന്നു. ഗേറ്റിനു മുകളിൽ പിടിച്ചു തലതാഴ്ത്തിനിന്ന് കിതച്ചു. കിതപ്പൊന്നടങ്ങിയപ്പോൾ വേച്ചുവേച്ചു നടന്നു തിണ്ണയിലെ തൂണിൽ പിടിച്ച് ആയാസപ്പെട്ട് ഉമ്മറത്തേക്കു കയറി തന്റെ ആശ്വാസകേന്ദ്രമായ ചാരുകസേരയിൽ ഇരുന്ന് കാലുകൾ കൈപ്പടികളിലേക്കു നീട്ടിവച്ചു. കണ്ണുകളടച്ചു കിടന്നിട്ടും തന്നെ തുറിച്ചുനോക്കുന്ന ഗംഗയുടെ കണ്ണുകൾ അയാളെ വേട്ടയാടിക്കൊണ്ടിരുന്നു. പുറത്തു വീടിന്റെ മുകളിൽ ഒരു മൂലയിലായി മങ്ങിക്കത്തുന്ന ബൾബിൽനിന്നുള്ള ഇത്തിരിവെട്ടത്തിൽ കാറ്റിലാടുന്ന മരങ്ങളുടെ നിഴലുകൾ പ്രേതരൂപം പ്രാപിച്ചു. മുറ്റത്തുനിന്നും മാവിലേക്കു പടർന്നുനിൽക്കുന്ന കാട്ടു മുല്ലയിലെ പൂക്കളുടെ കുത്തുന്ന ഗന്ധം അയാളെ ഗംഗയിൽനിന്നും യമുനയിലെത്തിച്ചു.

‘‘വരദേട്ടാ, ഇന്ന് ഇലയട ഇല്ലാട്ടോ, മുറുക്ക് എടുക്കട്ടെ?’’ കുമ്പിട്ട് ചായ അയാൾക്കരികിലായി തിണ്ണയിൽ വച്ചുകൊണ്ട് യമുന ചോദിച്ചു. കാട്ടുമുല്ലപ്പൂമാല തലയിൽനിന്നും അവളുടെ വശങ്ങളിലൂടെ മുൻപോട്ടാഞ്ഞ് അയാളിലേക്കു സുഗന്ധം പരത്തി.

‘‘നീയെന്തിനാ ഈ വൈകുന്നേരത്ത് മുല്ലപ്പൂ ചൂടുന്നെ പെണ്ണേ.’’ അയാൾ ആ പൂക്കളുടെ സുഗന്ധം ആവോളം വലിച്ചുകയറ്റി കണ്ണുകളടച്ച് അവളോടു ചോദിച്ചു.

അവൾ ചിരിച്ചുകൊണ്ട് അകത്തേക്കു കയറിപ്പോയി. അവൾ അങ്ങനെയാണ്, പല ചോദ്യങ്ങളുടെയും ഉത്തരം ഒരു ചിരിയിലോ ആഴത്തിലുള്ള ഒരു നോട്ടത്തിലോ ഒതുക്കും. അതോർത്ത് അയാൾ ചായഗ്ലാസ് കയ്യിലെടുത്തു പതുക്കെ ഊതി കുടിച്ചുകൊണ്ടിരുന്നു.

ചായയിൽനിന്നും ഉയർന്നുപൊങ്ങുന്ന പുകപോലെ ചിന്തകളും പുറകിലോട്ടു സഞ്ചരിച്ചു.

കുറച്ചു വർഷങ്ങൾക്കു മുമ്പ് അമ്മാവന്റെ കൂടെ പെണ്ണുകാണാനായി വീട്ടിൽ കയറിച്ചെന്നപ്പോൾ വാതിലിന്റെ ഒരുവശം ചാരിനിന്ന മെലിഞ്ഞ് ഇരുനിറത്തിലുള്ള പെണ്ണിന്റെ ആഴത്തിൽ പ്രകാശിക്കുന്ന കണ്ണുകൾ എന്തോ അയാൾക്കിഷ്ടമായി.

കല്യാണരാത്രിയിൽ അവളുടെ മടിയിൽ തലവച്ചുകിടന്ന് ആ കണ്ണുകളിലേക്കു നോക്കി അയാൾ ചോദിച്ചു, ''യമുനേ, നീയെന്താ ഈ കണ്ണുകളുടെ ആഴത്തിൽ ഒളിച്ചുവച്ചിരിക്കുന്നേ?''

''അറിയില്ല വരദേട്ടാ.'' അവൾ മുഖത്തു നോക്കി വളകൾ കിലുങ്ങുന്നതുപോലെ പതിയെ ചിരിച്ചു.

അന്ന് ആ കണ്ണുകളിൽ അമർത്തി ചുംബിച്ച് അവളുടെ ആഴങ്ങളിലേക്ക് ആഴ്ന്നിറങ്ങുമ്പോൾ ലോകത്തിലെ ഏറ്റവും ഭാഗ്യവാനാണ് താനെന്നു കരുതി ഗോവർധനൻ സന്തോഷിച്ചു.

പിന്നീട് വർഷങ്ങൾക്കിപ്പുറം തന്റെ ജീവിതത്തിൽ ഓർക്കാനായി വലുതായൊന്നും അവശേഷിപ്പിക്കാതെ, കാര്യകാരണങ്ങളൊക്കെ കണ്ണുകളുടെ ആഴത്തിൽമാത്രം അവശേഷിപ്പിച്ച് ആ വീടിന്റെ ഉത്തരത്തിൽ ഒരു പഴയ നിറംമങ്ങിയ സാരിയിൽ അവൾ തൂങ്ങി നിന്നു. പത്താംവയസ്സിൽ അമ്മ നഷ്ടപ്പെട്ടവൻ മുപ്പതാം വയസ്സിൽ പിന്നെയും സനാഥനാവുകയും നാല്പത്തഞ്ചാം വയസിൽ അനാഥത്വത്തിലേക്കു വലിച്ചെറിയപ്പെടുകയും ചെയ്തു.

''യമുനേ, നിന്നോട് ഞാൻ എന്ത് തെറ്റാ ചെയ്തത്?'' അവളുടെ ശരീരം തൂങ്ങിയാടിയ സ്ഥലത്തു താഴെ നിലത്തു കിടന്നു മുകളിലേക്കു നോക്കി പലതവണ അയാൾ ചോദിച്ചു. ഉത്തരം തരാതെ ഫാൻ അയാൾക്കു ചുറ്റും തന്റെ നിഴലുകൾ പടർത്തി കറങ്ങിക്കൊണ്ടിരുന്നു.

ഉത്തരം കിട്ടാത്ത ചോദ്യങ്ങൾ മനസ്സിൽ കടന്നൽക്കൂടു കൂട്ടുകയും ഓർമ്മകൾ അസ്വസ്ഥമാക്കുകയും ചെയ്യുമ്പോഴെല്ലാം അയാൾ മൂക്കറ്റം കുടിച്ചു. തന്നെ ഒറ്റയ്ക്കാക്കി പോയ അവളോടുള്ള ദേഷ്യം വളർന്നു പന്തലിച്ചു സ്ത്രീകളോടു മൊത്തമായുള്ള ഒരു പകയായി പടർന്നു. അപ്പോളെല്ലാം സ്ത്രീത്വത്തെ കീറിമുറിക്കുന്ന പച്ചസാഹിത്യം എഴുതുകയും സ്ത്രീകളുടെ മുഖചിത്രമുള്ള മാസികകളുടെ പുറംചട്ടകളിലേക്കു കാർക്കിച്ചു തുപ്പുകയും ചെയ്തു. ദിവസങ്ങൾ കൊഴിയെ പതിയെ തന്റെ ഉള്ളിലെ സങ്കടങ്ങളും ഒറ്റപ്പെടലുകളും തൂലികയിലൂടെ

മനോഹരകവിതകളായി നിർഗമിച്ച് അറിയപ്പെടുന്ന ഒരു കവിയായി മാറി.

''സ്ത്രീ ഒരു പ്രഹേളികയാണ്, ഒരു സമസ്യയാണ്, ഒരിക്കലും തുറക്കാത്ത ഒരുപാട് അറകളുള്ള ഒരു നിലവറയാണ് സ്ത്രീമനസ്സ്'' എന്ന പതിവു പല്ലവി ദേഷ്യത്തോടെ ഉറക്കെ പറയുന്ന മദ്യത്തിൽ മുങ്ങിയ ഒരു വൈകുന്നേരത്താണ് ഒരു ഫേസ്ബുക്ക് മെസ്സേജ് അയാളെ തേടി എത്തിയത്.

''നിങ്ങളുടെ കവിത വായിച്ചു. വളരെ നന്നായിട്ടുണ്ട്.''

അയാൾ അവളുടെ പ്രൊഫൈൽ ഫോട്ടോ നോക്കി. ഗംഗ ജിതേഷ്. അതിസുന്ദരിയായൊരു സ്ത്രീ സുന്ദരനായ ഭർത്താവിന്റെ കൂടെ ചിരിച്ചുനിൽക്കുന്ന ഫോട്ടോ! ഫോട്ടോയിൽ പലതവണ നോക്കി മറുപടി ഒരു നന്ദിയിൽ മാത്രം ഒതുക്കി അയാൾ എഴുത്തിലേക്കു തിരിഞ്ഞു. പക്ഷേ, അവൾ ഓരോ കവിതകളുടെയും അഭിപ്രായങ്ങൾ അറിയിച്ചുകൊണ്ട്, എകാന്തജീവിതത്തിലെ ആരെയും കടക്കാനനുവദിക്കാതെ കൊട്ടിയടച്ച മനസ്സിന്റെ വാതിൽ പതിയെ തുറന്ന് അകത്തേക്കു വന്നു. അയാളുടെ ദിനങ്ങൾ അവളിൽ മാത്രമായി ഒതുങ്ങി. മെസ്സേജുകളിൽനിന്നും വാട്സാപ്പ് മെസേജുകളിലേക്കും ഫോൺവിളികളിലേക്കും ആ ബന്ധം വളർന്നു.

ഗംഗ തികച്ചും മോഡേണാണ്. യമുനയിൽനിന്നും തികച്ചും വ്യത്യസ്ത, സ്വന്തമായ അഭിപ്രായം ഉള്ളവൾ, തുറന്നു പറയുന്നവൾ. തനിക്കു തികച്ചും അനുയോജ്യയായവൾ!

''വരദേട്ടാ, സാങ്കൽപ്പികയാമങ്ങളിൽ നിശാശലഭങ്ങൾ പൂക്കുന്നിടം! എന്ത് മനോഹരമായ പ്രയോഗമാണ്. ഒരുപാടിഷ്ടമായി.'' അവൾ പറഞ്ഞു.

''ഗംഗ, നീയെന്നെ അങ്ങനെ വിളിക്കണ്ട. അതു യമുനയ്ക്കു മാത്രം അവകാശപ്പെട്ട വിളിയാണ്.'' യഥാർത്ഥത്തിൽ അവളുടെ ആ വിളി അയാളെ വളരെ അസ്വസ്ഥനാക്കിയിരുന്നു.

യമുനയെക്കുറിച്ച് പലപ്പോഴായുള്ള ചോദ്യങ്ങൾക്ക് വളരെയൊന്നും പറയാതെ അയാൾ നിശ്ശബ്ദനായി. തന്റെ കാര്യങ്ങൾ വളകിലുക്കം പോലെ തുറന്നുപറയുന്നവളോട് പലതും മറയ്ക്കേണ്ടിവരുന്നതിൽ അയാൾക്ക് ലജ്ജ തോന്നി. പക്ഷേ, ഭാര്യ തൂങ്ങിമരിച്ച, പ്രേതബാധ ഉണ്ടെന്നു നാട്ടുകാർ കരുതുന്ന വീട്ടിൽ ഒറ്റയ്ക്കു താമസിക്കുന്നവനാണ് താനെന്ന സത്യം അവളെ തന്നിൽനിന്നും അകറ്റുമോ എന്നയാൾ ഭയന്നു.

''യമുന വളരെയൊന്നും മിണ്ടിയിരുന്നില്ല, എന്നാൽ നീയോ എല്ലാം പറയുന്നു. നീയൊരു തുറന്ന പുസ്തകമാണ് ഗംഗ, നിന്നിലേക്കുള്ള വഴി സുതാര്യമാണ്.'' അയാൾ പറഞ്ഞു

''വഴികൾ എനിക്കുതന്നെ വ്യക്തമല്ല നിച്ചാ... അവ മുന്നോട്ടുതന്നെ പോകും എന്ന നിശ്ചയത്താൽ ഞാൻ പിന്തുടരുന്നു എന്നുമാത്രം.'' അതു പറഞ്ഞ് അവൾ ചിരിച്ചു. വരദേട്ടാ എന്ന വിളി മുന്നോട്ടുള്ള ദിവസങ്ങളിലേതോ ഒന്നിൽ നിച്ചാ എന്ന മധുരമായ വിളിയിലേക്കു മാറ്റപ്പെട്ടിരുന്നു.

''നിന്റെ വാക്കുകളിൽ കവിത തുളുമ്പുന്നു ഗംഗ, എന്തുകൊണ്ട് നിനക്ക് കവിത എഴുതിക്കൂടാ?''

''നമ്മിൽ ഒരാൾ എഴുതിയാൽ പോരേ? ഞാൻ എന്നും ആസ്വാദക മാത്രമാകാം നിച്ചാ.'' അവൾ പറഞ്ഞു.

''ഇത്രയും നല്ലൊരു സൗഹൃദം തന്നതിനു നന്ദി ഗംഗ, അർത്ഥമില്ലാതെ മുന്നോട്ടുപോയിരുന്ന ജീവിതത്തിനു നീയെന്ന ഒറ്റ അർത്ഥമേ ഇപ്പോൾ ഉള്ളൂ.'' അയാളുടെ പേനത്തുമ്പിൽനിന്നും അവൾക്കായി നിർലോഭം കവിതകൾ പിറവിയെടുത്തുകൊണ്ടിരുന്നു. എപ്പോഴും സന്തോഷവതിയായിരുന്ന അവൾ അയാളുടെ ജീവിതത്തിലും സന്തോഷം പകർന്നുകൊണ്ടിരുന്നു.

പരസ്പരം വാക്കുകളിലൂടെ മുഴുവനായും അറിഞ്ഞുകഴിഞ്ഞെന്ന് നിനച്ച ഒരു ദിനത്തിൽ അവൾ ചോദിച്ചു. ''നിച്ചാ, നമുക്കു കാണണ്ടേ?'' അവളിൽനിന്നും ആ ചോദ്യം കാത്തിരുന്ന അയാൾ സന്തോഷത്താൽ കോരിത്തരിച്ചു.

''വേണം ഗംഗ, വാക്കുകളിലൂടെ മാത്രം അറിഞ്ഞ നിന്നെ നേരിട്ടു കാണണമെന്ന് വലിയ ആഗ്രഹമാണ്. നിന്നിലേക്കുള്ള ദൂരങ്ങൾ ഞാൻ താണ്ടിക്കഴിഞ്ഞിരിക്കുന്നു.''

''അങ്ങനെ ഒരാഗ്രഹം ഉണ്ടെങ്കിൽ എങ്കിൽ ഇന്നു വൈകുന്നേരം വരാമോ? ഏറ്റവും അനുയോജ്യമായ ദിവസം ആണിന്ന്.'' വരാമെന്ന സന്തോഷത്തോടെയുള്ള അയാളുടെ മറുപടി കേട്ടതോടെ അവൾ ഫോൺ വച്ചു.

ഗോവർധനൻ ഗംഗയ്ക്കിഷ്ടപ്പെട്ട ഇളംറോസ് നിറത്തിൽ ചെറിയ ചെക്ക്സ് ഉള്ള ഷർട്ട് എടുത്തിട്ടു കണ്ണാടിയിൽ നോക്കി. പ്രായവും ജീവിതനൈരാശ്യവും തന്റെ മുഖത്തു നടത്തിയിരുന്ന മങ്ങിയ നിറക്കൂട്ടുകൾ ഈയിടെയായി മാറിയതായി അയാൾക്കു തോന്നി. താനിപ്പോഴും സുന്ദരൻതന്നെ! അയാൾ കണ്ണാടിയിൽ നോക്കി

പുഞ്ചിരിച്ചു. അപ്പോൾ മൊബൈലിൽ അവളുടെ വീട്ടിലേക്കുള്ള വഴി പ്രത്യക്ഷമായി. തന്റെ വീട്ടിൽനിന്നും ഏതാണ്ട് ഒരു കിലോ മീറ്റർ മാത്രം മാറി തഹസിൽദാർ സുധാകരന്റെ വീട്ടിലെ വാടക ക്കാരാണ് ഗംഗയും ഭർത്താവും എന്നത് അയാൾക്കു പുതിയ അറി വായിരുന്നു.

അഞ്ചരയോടെ വെയിൽ ആറിത്തുടങ്ങിയപ്പോൾ അയാൾ അവ ളുടെ വീട്ടിലേക്കു നടക്കാൻ തുടങ്ങി. അവൾക്കായി താൻ എഴുതിയ കവിതകളുടെ പുസ്തകം സ്കൂൾകുട്ടിയെപ്പോലെ അയാൾ നെഞ്ചോടു ചേർത്തുപിടിച്ചു. ഒറ്റപ്പെട്ടു വീടും ജോലിയുമായി ഒതുങ്ങിക്കൂടിയ തോടെ അയാൾ ആ വഴികളിലൂടെയൊന്നും വളരെക്കാലമായി നട ന്നിട്ടേ ഇല്ലായിരുന്നു. വഴിയിൽ കാണുന്ന ഓരോ വസ്തുവിലും അയാൾ അവൾക്കായുള്ള കവിതകൾ തേടി. പൂമ്പാറ്റയും വള്ളികളും ഇടവഴിയിലെ വളവുതിരിവുകളും അതിലേക്കു ചാഞ്ഞുനിൽക്കുന്ന മഞ്ഞ കോളാമ്പിപ്പൂക്കളും അതിന്റെ മനോഹാരിതയോടെ അയാൾ മനസ്സിൽ നിരത്തിവച്ച് മുന്നോട്ടുനടന്നു. ഗേറ്റ് കടന്നു നടപ്പാതയി ലൂടെ കുറച്ച് ഉള്ളിലോട്ടു മാറിയുള്ള ആ ഒരുനില വീടിന്റെ ഉമ്മറ ത്തേക്കു കയറി അയാൾ കോളിംഗ്ബെല്ലിൽ വിരൽ അമർത്തി. തന്നെ പ്രതീക്ഷിച്ച് ഗംഗ ഉമ്മറത്തു നിൽക്കുന്നുണ്ടാകുമെന്ന് കരുതിയ അയാളെ നിരാശനാക്കി. കോളിംഗ്ബെൽ അടിച്ചിട്ടും അവൾ വാതിൽ തുറന്നില്ല.

ഇനി പുറത്തു പോയതാകുമോ? ഒരുപക്ഷേ ഭർത്താവിന്റെ കൂടെ ആണെങ്കിലോ? അയാൾ ജോലിസ്ഥലത്തുനിന്നും വന്നുകാണുമോ? എങ്കിൽ അവൾ ഇന്നു കാണാനായി വിളിക്കുമോ? ഇനി അതാകുമോ വിളിച്ചത്? ഞാൻ നിൽക്കണോ പോകണോ? ഒരുപാട് ചിന്തകൾ തികട്ടിവന്ന് അയാൾ അസ്വസ്ഥനായി.

''ഞാൻ വീടിന്റെ പുറത്തുണ്ട്. എവിടെയാണ്?'' അയാൾ വാട്സ് ആപ്പ് തുറന്ന് അവൾക്കു മെസ്സേജ് അയച്ചു.

ഏതായാലും വന്ന സ്ഥിതിക്ക് അവൾ വരുന്നതുവരെ അവിടെ ഇരിക്കാൻ അയാൾ തീരുമാനിച്ചു. പോക്കറ്റിൽനിന്നും പേന എടുത്ത് പുസ്തകത്തിൽ കവിത എഴുതിക്കൊണ്ട് അയാൾ മുൻവശത്തെ തിണ്ണയിൽ ഇരുന്നു. സമയം പോയതറിഞ്ഞില്ല. മഴമേഘങ്ങൾ നിറഞ്ഞ് അതിവേഗം ഇരുട്ടു പരന്നു. തണുത്ത കാറ്റിൽ പരിചിത മായ കാട്ടുമുല്ലയുടെ മണം ചുറ്റിലും പരന്നു. അയാൾ അസ്വസ്ഥ നായി മുറ്റത്തേക്ക് ഇറങ്ങിനടന്നു. അപ്പോഴാണ് ഒരു വശത്തെ ജനാല പകുതി തുറന്നുകിടക്കുന്നത് അയാളുടെ ശ്രദ്ധയിൽപെട്ടത്. അയാൾ

ചെന്ന് ആ ജനാല തുറന്ന് ഉള്ളിലേക്കു നോക്കി. ഹാളിന്റെ ഒരു വശത്തെ മേശമേൽ കത്തിച്ചുവച്ചിരിക്കുന്ന നിലവിളക്കും ചെറിയ പ്രകാശത്തിൽ ആടുന്ന കാലുകളും ഫാനിന് അധികം താഴെയല്ലാതെ തുറിച്ച രണ്ടു കണ്ണുകളും! അതു കണ്ടതും അയാൾ തിരിഞ്ഞോടി ഗേറ്റ് കടന്ന് എവിടെയോ തട്ടിവീണു. അവിടെ കുറെ നേരമിരുന്നു കിതച്ചു. വീണ്ടും ഓടി വീട്ടിലെത്തി.

''സ്ത്രീ ഒരു പ്രഹേളിക തന്നെയാണ്. തുറന്നതിനെക്കാൾ തുറക്കപ്പെടാത്ത അറകളുള്ള, അവയുടെ താക്കോൽ ആരുംകാണാക്കയങ്ങളിൽ ഒളിപ്പിക്കുന്ന പ്രഹേളിക. യമുനയിൽനിന്നും ഗംഗയിലേക്കുള്ള ദൂരം, ഒരു പുരുഷനു താണ്ടാനാവാത്ത ദൂരം!'' അയാൾ ഉറക്കെ ചിരിച്ചുകൊണ്ട് ഭ്രാന്തമായി വിളിച്ചുപറഞ്ഞു. കൈകൾ പിണച്ചു തലയ്ക്കടിയിൽവച്ചു നീണ്ടുനിവർന്നു ചാരുകസേരയിൽ കിടന്നു, വീണ്ടും എകാന്തമാക്കപ്പെട്ട ദിനങ്ങളെ പ്രണയിക്കാനെന്നോണം!

■

ഏതോ നിയോഗംപോലെ, നിയ

പ്രിയപ്പെട്ട അയാന,

ഞാനിപ്പോൾ ദുബായിലെ ലാമെർ കടൽത്തീരത്ത് ഇരിക്കുകയാണ്. പല വശത്തും തടയപ്പെട്ട് ശക്തി കുറഞ്ഞിട്ടും ചിന്തകൾ പോലെ തിരമാലകൾ കരയിലേക്ക് ഇരച്ചുകയറുന്നുണ്ട്. കടലിന്റെ ശബ്ദം മനസ്സ് ശാന്തമാക്കുകയും തീരുമാനങ്ങൾ എടുക്കാൻ അനുയോജ്യമാക്കുകയും ചെയ്യും എന്ന് നീ പറഞ്ഞതുകൊണ്ട് നമ്മൾ പല കേസുകളിലെയും തീരുമാനങ്ങൾ എടുത്ത സ്ഥലംകൂടിയാണല്ലോ ഇവിടം. വ്യായാമത്തിനായി ഇറങ്ങിയവരും വാരാന്ത്യം ചില വിടാനിറങ്ങിയവരും പ്രണയിതാക്കളും നടപ്പാതയിലൂടെ നടന്നു നീങ്ങുന്നുണ്ട്. പാതയുടെ ഒരു വശത്തു നിരനിരയായുള്ള റെസ്റ്റോറന്റുകളിലൊന്നിൽ ഒരു കോഫിയും സാൻഡ്‌വിച്ചും ഓർഡർ ചെയ്തു, ലാപ്ടോപ്പുമായി കടലിനഭിമുഖമായി ഇരുന്നത് നിനക്ക് ഒരു കഥ പോലെ ഈ മെയിൽ എഴുതി അയയ്ക്കാനാണ്.

ഏതാണ്ട് ഒരു മാസത്തിനു മുമ്പ്,

കരാമയിലെ മലയാളികളുടെ പ്രിയപ്പെട്ട നാടൻ ഭക്ഷണം കിട്ടുന്ന കടകളിലൊന്നിൽ ക്ഷമയോടെ ഭക്ഷണത്തിനായി കാത്തു നിൽക്കുന്നവരിൽ ഒരാളാവാൻ അന്നു ഞാനും തീരുമാനിച്ചു. തിരക്കുള്ള ദിവസമായതിനാൽ ഭക്ഷണം കിട്ടാൻ പേരു കൊടുത്തു കുറെ നേരം കാത്തുനിൽക്കേണ്ടിവരും എന്നതിനാൽ എന്നെ അവിടെ ഇറക്കി മഹേഷും മോനും അടുത്തുള്ള സൂപ്പർമാർക്കറ്റിൽ സാധനങ്ങൾ വാങ്ങാനായി പോയി. വാതിൽക്കൽനിന്നു പേര് എഴുതിയെടുക്കുന്ന വൈറ്റർക്ക് ഞാൻ പേരും മൊബൈൽ നമ്പറും കൊടുത്തു. ഇനി അരമണിക്കൂറോളം മറ്റൊന്നും ചെയ്യാനില്ലാത്തതിനാൽ ഒരു തൂണിൽ ചാരിനിന്നു റോഡിനോടു ചേർന്നുള്ള പാർക്കിലെ നടപ്പാതയിലൂടെ പോകുന്നവരെയും കാറിൽനിന്നിറങ്ങി ഏതു റെസ്റ്റോറന്റിൽ

പോകണം എന്നു കൂലംകഷമായി തീരുമാനം എടുക്കുന്നവരെയു മൊക്കെ വീക്ഷിച്ചുനിന്നു. അപ്പോൾ വൃത്തിയിൽ വേഷം ധരിച്ച സുന്ദരനായ ഒരാൾ കാറിൽനിന്നും ഇറങ്ങി നേരെ നടന്നുവന്നു. ഭക്ഷണം കഴിക്കാൻ വെയ്റ്റ് ചെയ്യുന്നവരുടെ പേരെഴുതിയെടുക്കുന്ന വെയ്റ്ററെ നോക്കി കാണാത്തതിനാൽ എന്റെ അരികിലെത്തി.

''ഞാൻ രാകേഷ്, എന്റെ പേരും നമ്പറും കൊടുക്കാമോ. കാർ ഒന്നു ശരിക്കു പാർക്ക് ചെയ്തുവരാം.'' മനോഹരമായ പുഞ്ചിരി യോടെ ഇംഗ്ലീഷിൽ അത്രയും പറഞ്ഞു നമ്പർ തന്ന് അയാൾ തിരിച്ചു വേഗത്തിൽ റോഡ് ക്രോസ് ചെയ്തു കാറിനടുത്തേക്കു പോയി. ഞാൻ വെയ്റ്റർക്ക് അയാളുടെ നമ്പറും പേരും കൊടുത്തു. അഞ്ചു മിനിറ്റിനുള്ളിൽ അയാൾ റോഡ് ക്രോസ് ചെയ്ത് എന്റെ നേരെ നടന്നുവന്നു. അയാളുടെ ഭാര്യ വിഷാദഭാവത്തോടെ പുറകെ വന്ന് കുറച്ചപ്പുറം ഒരു കസേരയിൽ ഇരിപ്പുറപ്പിച്ചു. ഞാൻ 'പേരു കൊടുത്തിട്ടുണ്ട്' എന്നു പറഞ്ഞപ്പോൾ അയാൾ നന്ദി പറഞ്ഞു കൊണ്ട് എന്നോട് പേരു ചോദിച്ചു.

''സീമ വാട്ക.'' ഞാൻ പറഞ്ഞു.

''മലയാളിക്ക് ഇങ്ങനെ ഒരു പേര് കേട്ടിട്ടില്ലല്ലോ, ഹിന്ദിക്കാരി ആണോ?'' അയാൾ സംശയത്തോടെ ചോദിച്ചു.

വ്യക്തിപരമായ വിവരങ്ങൾ പങ്കുവയ്ക്കാൻ തീരെ താല്പര്യമി ല്ലാത്ത ഞാൻ ''അല്ല, മലയാളിതന്നെ ആണ്'' എന്നുപറഞ്ഞ് ഒഴി യാൻ നോക്കി.

''ഈ വാട്ക എന്ന സർനെയിം മലയാളിക്കു കേട്ടിട്ടില്ല, അതു കൊണ്ട് ചോദിച്ചതാണ്. ഭർത്താവ് ഹിന്ദിക്കാരൻ ആവും അല്ലേ.'' അയാൾ വിടാൻ ഭാവമില്ലായിരുന്നു.

''അല്ല, മലയാളിയാണ്. എന്റെ അപ്പൂപ്പന്റെ അപ്പൻ സായിപ്പായി രുന്നു. അവരുടെ കുടുംബപ്പേരാണ് വാട്ക.'' അതുവരെ ഇംഗ്ലീഷിൽ സംസാരിച്ചിരുന്ന ഞാൻ വ്യക്തമായ മലയാളത്തിൽ അയാളോടു പറഞ്ഞു.

''മലയാളി തന്നെ, ഉറപ്പിച്ചു.'' അയാൾ ചിരിച്ചുകൊണ്ട് പറഞ്ഞു.

അപ്പോഴേക്കും അയാളുടെ ഭാര്യ സീറ്റിൽനിന്നും എഴുന്നേറ്റു ദേഷ്യഭാവത്തോടെ അരികിലേക്കു വന്നു.

''നിങ്ങളെയും ഇയാൾ കൂടെ കൂട്ടിയിട്ടുണ്ടോ? എങ്കിൽ സൂക്ഷിച്ചോ.''

അത്രയും പറഞ്ഞപ്പോഴേക്കും അയാളവളെ തടയുകയും അവർ തമ്മിൽ വാക്കേറ്റമാവുകയും ആ സ്ത്രീ കരഞ്ഞുകൊണ്ട് കാറിലേക്ക്

തിരിഞ്ഞുനടക്കുകയും ചെയ്തു. അയാൾ എന്നോടു സോറി പറഞ്ഞ് വേഗത്തിൽ അവരുടെ പുറകെ പോയി. രണ്ടുപേർ വന്ന് എന്നോടു കാര്യം അന്വേഷിച്ചപ്പോഴാണ് ചുറ്റിലും നിൽക്കുന്നവർ ഇതെല്ലാം വീക്ഷിക്കുന്നു എന്ന ബോധമുണ്ടായത്. ആ സമയത്ത് മഹേഷിനെ കണ്ട ഞാൻ വെയ്റ്റർ പേരു വിളിക്കുന്നതു ശ്രദ്ധിക്കാതെ റോഡ് ക്രോസ് ചെയ്ത് കാറിനടുത്തേക്കു നടന്നു.

''ഭക്ഷണം കഴിക്കണ്ടേ?'' എന്ന മഹേഷിന്റെ ചോദ്യത്തിന് ''ഇനിയും വെയ്റ്റ് ചെയ്യേണ്ടിവരും, വേറെ നോക്കാം'' എന്നു പറഞ്ഞ് വേഗം കാറിൽ കയറി അവിടെനിന്നും പോയി. സാധാരണ സംഭവം എന്ന നിലയിൽ അതിനെ തള്ളിക്കളഞ്ഞ് എന്റേതായ തിരക്കുകളിൽ മുഴുകി. അപ്പോളാണ് ലതിക എന്നെ വിളിക്കുന്നത്.

''ഇന്നലെ നിയയും രാകേഷും തമ്മിലുള്ള ഇഷ്യൂവിൽ നീയും പെട്ടല്ലേ.''

''നീ അതെങ്ങനെ അറിഞ്ഞു?'' അറിയുന്നവരാരും കണ്ടുകാണില്ല എന്നു കരുതിയ ഞാൻ ജാള്യതയോടെ ചോദിച്ചു.

''അന്ന് നമ്മൾ ദൈര സിറ്റി സെന്ററിൽ ഷോപ്പിങ്ങിനു പോയ പ്പോൾ കൂടെയുണ്ടായിരുന്ന നീതുവിനെ നിനക്ക് ഓർമ്മയില്ലേ, അവളവിടെ ഉണ്ടായിരുന്നു.''

''നിനക്ക് രാകേഷ് ഫാമിലിയെ അറിയുമോ?''

''ഞാനും നീതുവും രാകേഷും പണ്ട് ഒരുമിച്ചു വർക്ക് ചെയ്തതാ. ആ നിയയ്ക്ക് സിവിയർ ഡിപ്രഷൻ ഇഷ്യൂ ആണ്.''

''അവർക്ക് കുട്ടികൾ ഇല്ലേ?''

''ഇല്ല, രണ്ടു പ്രാവശ്യം അബോർഷനായെന്നു കേട്ടിരുന്നു.''

''ആ കുട്ടിക്ക് ഈ ഇഷ്യൂ കുറച്ചുകാലമായോ?''

''കുറച്ചു കാലമായി, ട്രീറ്റ്മെന്റിൽ ആണെന്നു കേട്ടു.''

ജോലിത്തിരക്കിനാൽ ഞങ്ങളുടെ ഫോൺകോൾ അത്രയും സംസാരത്തിൽ നിന്നു. പിന്നീട് മൂന്ന് ആഴ്ചകൾക്കുശേഷം ഒരു മലയാളിസ്ത്രീ ആത്മഹത്യ ചെയ്ത കേസ് എന്റെ ടേബിളിൽ എത്തി.

ആ കേസിൽ പ്രഥമദൃഷ്ട്യാ ആത്മഹത്യതന്നെ എന്ന റിപ്പോർട്ട് ആയതിനാൽ കൂടുതൽ ഫോർമാലിറ്റിസ് ഒന്നും ഇല്ലെങ്കിൽ കേസ് ക്ലോസ് ചെയ്തു ബോഡി നാട്ടിലേക്ക് അയയ്ക്കുന്നതിനു മുന്നോടിയായി റുട്ടീൻ വെരിഫിക്കേഷനും അന്വേഷണത്തിനും വേണ്ടി സാധാരണപോലെ എന്നെ ഏൽപ്പിച്ചതായിരുന്നു ആ ഫയൽ. അതിൽ

കൊടുത്ത ഫോട്ടോയിൽ ഒന്നുകൂടെ സൂക്ഷിച്ചുനോക്കിയപ്പോൾ അന്ന് റെസ്റ്റോറന്റിൽ എന്നോടു കയർത്തു സംസാരിച്ച സ്ത്രീയാണ് അതെന്നു മനസിലായി.

ഞാൻ ആ സ്ത്രീയുടെ പേര് നോക്കി. 'നിയ രാകേഷ്, വയസ്സ് മുപ്പത്, മരണകാരണം: ആത്മഹത്യ, ആന്റിഡിപ്രസന്റ് ഗുളിക (സെലക്ടിവ് സെറോടോനിൻ റീഅപ്ടേക്ക് ഇൻഹിബിറ്റേഴ്സ്, SSRI) കഴിച്ചതു കാരണം തലയിലെ ഞരമ്പ് പൊട്ടി, മാത്രവുമല്ല ആന്തരിക അവയവങ്ങളിൽ ചിലത് പ്രവർത്തനരഹിതമായിരുന്നു. ആ സ്ത്രീ ഹൈലെവൽ ഡിപ്രെഷന് ചികിത്സയിൽ ആയിരുന്നു എന്നതുകൊണ്ടും അവൾ കഴിക്കാറുള്ള ഗുളിക ഓവർഡോസ് ചെന്നതാണ് മരണകാരണം എന്നതിനാലും അന്വേഷണത്തിൽ മറ്റ് അസ്വാഭാവികത കണ്ടെത്താത്തതിനാലും തുടരന്വേഷണം വേണോ എന്ന കോളത്തിൽ സംശയാസ്പദം എന്നു രേഖപ്പെടുത്തിയിരുന്നില്ല. എങ്കിലും എനിക്കെന്തോ അസ്വാഭാവികത തോന്നി. ആ മരുന്ന് കഴിച്ച വ്യക്തിയിൽ ഗുളികയുടെ പാർശ്വഫലങ്ങൾ കാണിച്ചു തുടങ്ങി ശരീരാവയവങ്ങൾ പ്രവർത്തനരഹിതമാകാനും മരിക്കാനും മുപ്പത്തൊന്നു മുതൽ നാൽപ്പത്തെട്ടു മണിക്കൂർ വേണ്ടിവന്നേക്കാം. പക്ഷേ, അവരെ ശാരീരിക അസ്വസ്ഥതകളാൽ ആശുപത്രിയിൽ പ്രവേശിപ്പിച്ചതായി രേഖകളില്ല. തലേന്ന് ഏതാണ്ട് ഉച്ചയോടെ 'സുഖമില്ല, ശല്യം ചെയ്യരുത്' എന്നും പറഞ്ഞു മുറിയിൽ കേറി കിടന്ന അവരെ പിറ്റേന്നു രാവിലെ പണിക്കാരി മരിച്ചുകിടക്കുന്നതായി കണ്ടതായാണ് റിപ്പോർട്ട്.

ഈ സംഭവങ്ങൾക്കു കുറച്ചു ദിവസങ്ങൾ മുമ്പ് മദിനത്ത് ജുമൈറയിലെ അനവധി സെവൻ സ്റ്റാർ റിസോർട്ടുകളിൽ ഒന്നായ ജുമൈറ മദിനത്ത് അൽ മിനാറിൽ വിവാഹവാർഷികത്തിന് ഞാനും മഹേഷും തങ്ങിയിരുന്നു. അന്ന് അവിടുത്തെ തടാകത്തിലൂടെ ബോട്ടുയാത്ര ആസ്വദിച്ച് ഇരിക്കുമ്പോഴാണ് രാകേഷിനെയും ഒരു സ്ത്രീയെയും മറ്റൊരു ബോട്ടിൽ പ്രണയപരവശരായി പരസ്പരം ചേർന്നിരിക്കുന്നതു കണ്ടത്. വൈകുന്നേരം റിസോർട്ടിനോടു ചേർന്നുള്ള കടൽത്തീരത്ത് അസ്തമനസൂര്യന്റെ ഇളംചുവപ്പിൽ മുങ്ങിനിൽക്കുന്ന ബുർജ് അൽ അറബിന്റെ സൗന്ദര്യം ആവോളം ആസ്വദിച്ചു തിരിച്ചു പോകുമ്പോൾ റിസോർട്ടിലെ ഏഴ് സ്വിമ്മിംഗ് പൂളുകളിൽ ഒന്നിൽ വെള്ളം തെറിപ്പിച്ചു കളിക്കുന്ന അവരെ വീണ്ടും കണ്ടു. ഈ കേസ്സിനോടനുബന്ധിച്ച് ആ സ്ത്രീയെക്കുറിച്ച് അന്വേഷിച്ചപ്പോൾ ദുബായിലെ ഒരു കമ്പനിയുടെ ഉടമസ്ഥയാണെന്നും വിധവ ആണെന്നും

രണ്ടു വർഷത്തോളമായി ആ സ്ത്രീയുമായി രാകേഷിനു ബിസിനസ് സംബന്ധമായും അല്ലാതെയും ബന്ധം ഉള്ളതായും അറിഞ്ഞു. മോശമല്ലാത്തൊരു തുക, രാകേഷ് സ്വന്തം ബിസിനസ് വലിയ ബാധ്യതയായി നഷ്ടത്തിൽ മുന്നോട്ടുപോകുന്ന അവസരത്തിൽ, ആ സ്ത്രീയുടെ ബിസിനസ്സിൽ മുടക്കിയിരുന്നു.

പെട്ടെന്ന് ഓർമ്മയിൽ വന്ന ആ സംഭവവുമായി നിയയുടെ മരണം കൂട്ടിവായിച്ചപ്പോൾ, അന്നു നിയ എന്നോടു പറഞ്ഞത് വെറുമൊരു സംശയരോഗിയായ ഭാര്യയുടെ വാക്കുകളല്ല എന്ന് എനിക്കു തോന്നി. തോന്നലുകൾ അല്ലല്ലോ തെളിവുകൾ അല്ലേ നമുക്കു വേണ്ടത്.

എവിടെ തുടങ്ങണം എന്നറിയാതെ ഞാൻ ഓഫീസിൽനിന്നും ഇറങ്ങി. ഡ്രൈവ് ചെയ്തുകൊണ്ടിരിക്കേ ബിസിനസ് ബേയിൽ എത്തിയപ്പോൾ ലതികയെയും കൂട്ടി നേരെ ദുബായ് മാളിലെ സ്റ്റാർ ബഗ്സിൽ പോയി രണ്ടു കോഫിക്കും ചീസ് കേക്കിനും ഓർഡർ കൊടുത്ത് ഒഴിഞ്ഞ മൂലയിലെ സീറ്റുകളിൽ ഇടംപിടിച്ചു. രാകേഷിന്റെ നീക്കങ്ങൾ അന്വേഷിക്കാനും നിയ കണ്ടിരുന്ന ഡോക്ടറെ കണ്ടു വിവരങ്ങൾ ശേഖരിക്കാനും പാർട്ട്ടൈം പണിക്കാരിയോടും അയാളുടെ സുഹൃത്തുക്കളോടും കൂടുതൽ വിവരങ്ങൾ തിരക്കാനും നാലുപേരെ ഫോണിൽ വിളിച്ചു ചുമതലപ്പെടുത്തി.

‘‘നീ നിയയെയും രാകേഷിനെയും കുറിച്ച് അറിയാവുന്നതൊക്കെ പറ.’’ ഞാൻ എത്രയും വേഗം വിവരങ്ങൾ ശേഖരിച്ചു റിപ്പോർട്ടുമായി മീറ്റിംഗ് അറേഞ്ച് ചെയ്യേണ്ട വ്യഗ്രതയിൽ ലാപ്ടോപ് തുറന്നുവച്ചു. അവൾ പറയാൻ തുടങ്ങി.

‘‘ഏതാണ്ട് പതിനഞ്ചു വർഷംമുമ്പ് ഞാൻ ജോയിൻ ചെയ്ത അതേസമയത്താണ് രാകേഷും ആ കമ്പനിയിൽ സെയിൽസ് ടീമിൽ ജോയിൻ ചെയ്തത്. വേറെ ഒരു കമ്പനിയിൽ നാലു വർഷം ജോലി ചെയ്ത പരിചയവും ഉണ്ടായിരുന്നു. എല്ലാവരെയും ആകർഷിക്കുന്ന സ്വഭാവം. നാട്ടിൽ ഭാര്യ ഉണ്ടായിട്ടും രണ്ടു കൊല്ലമായി നാട്ടിൽ പോകാത്തതു കണ്ടു ചോദിച്ചപ്പോഴാണ് ഇവിടെ ഒരു കുട്ടിയുമായി പ്രണയമാണെന്നും ഭാര്യയെ ഉപേക്ഷിച്ച് അവളെ കെട്ടാൻ പോകുന്നെന്നും പറഞ്ഞത്. പിന്നീട് അവൻ നിയയെ കല്യാണം കഴിക്കുകയും ജോലി ഉപേക്ഷിച്ച് അവരുടെ കുടുംബ ബിസിനസ്സിൽ കൂടുകയും ചെയ്തു.’’

അത്രയും പറഞ്ഞ് അവൾ കോഫി എടുത്തു കുടിച്ചു. ഞാൻ അവൾ പറഞ്ഞതെല്ലാം ടൈപ്പ് ചെയ്തുകൊണ്ടിരിക്കുകയായിരുന്നു.

''നിയയുടെ അച്ഛനും അമ്മയ്ക്കും അവൾ ഒറ്റമോളായിരുന്നു. കല്യാണം കഴിഞ്ഞ് ഒരു വർഷത്തിനുള്ളിൽ അച്ഛൻ അറ്റാക്ക് വന്നു മരിച്ചു. പിന്നീടു രാകേഷ് ബിസിനസ് ഏറ്റെടുത്തുനടത്തുകയായിരുന്നു. ഒരു വർഷത്തിനുള്ളിൽ അമ്മയും മരിച്ചു.''

''അവരെങ്ങനെയാ മരിച്ചേ?''

''അതേക്കുറിച്ച് കൂടുതൽ അറിയില്ല. പിന്നീട് ആ കുട്ടിക്കു മാനസിക പ്രശ്നങ്ങൾ തുടങ്ങിയെന്നും അറിഞ്ഞു.''

''നമുക്ക് അയാളെ ഒന്നു നേരിൽ പോയി കണ്ടാലോ.''

''എന്തുപറ്റി? മരണത്തിൽ എന്തെങ്കിലും സംശയം ഉണ്ടോ?''

''ഏയ് ഇല്ല, ബോഡി നാട്ടിലേക്ക് അയയ്ക്കുന്നതിനുമുമ്പ് ജസ്റ്റ് ഫോർമാലിറ്റി. അത്രയേ ഉള്ളൂ.'' ഞാൻ ലാപ്ടോപ് അടച്ചു വേഗം കാറിലേക്കു നടന്നു.

അവൾ രാകേഷിനെ ഫോണിൽ വിളിച്ച് നമ്മൾ ഇടയ്ക്കു പോയി ഇരിക്കാറുള്ള ദി ലാപൊയൻടിയിലെ റെസ്റ്റോറന്റിലേക്ക് സൗഹൃദ സംഭാഷണത്തിനായി ക്ഷണിച്ചു. അയാൾ വരുന്നതുവരെ ഞാനും ലതികയും കാഴ്ചകൾ കണ്ടു നടന്നു. മ്യൂസിക്കൽ ഫൗണ്ടനും വെള്ളത്തിൽ ഛായാചിത്രം വരച്ചുനിൽക്കുന്ന അറ്റ്ലാന്റിസും ആസ്വദിച്ചു. ഏതാണ്ട് പതിനൊന്നു മണിയായപ്പോൾ അയാൾ എത്തിയെന്ന കോൾ കിട്ടി ഞങ്ങൾ റെസ്റ്റോറന്റിലേക്കു നടന്നു.

ലതികയുടെ കൂടെ എന്നെ കണ്ട അയാൾ സംസാരത്തിനു നിൽക്കാതെ ധൃതി കാണിച്ചു.

''ഇതു സീമ, നിയയുടെ ബോഡി ക്ലിയർ ചെയ്തു നാട്ടിലേക്കു വിടേണ്ട കുറച്ചു പേപ്പറുകൾ ക്ലിയർ ആക്കാനുണ്ട്. ഇവളാണതു ചെയ്യുന്നത്.'' ലതിക കൂടുതൽ വ്യക്തതയില്ലാതെ എന്നെ അയാൾക്കു പരിചയപ്പെടുത്തി. പ്രശ്നങ്ങൾ ഒന്നും വരാതെ പേപ്പറുകൾ ശരിയാക്കി ബോഡി നാട്ടിലേക്കയയ്ക്കാൻ ഞാൻ സഹായിക്കും എന്നൊരു നുണയിൽ അയാൾ സംസാരിക്കാൻ തയ്യാറായി.

അയാളുടെ കമ്പനി നല്ല രീതിയിൽ പോകുന്നുണ്ട് എന്നും നിയയ്ക്ക് ആദ്യമേ മാനസികാസ്വാസ്ഥ്യങ്ങൾ ഉണ്ടെന്നും അതു മറച്ചുവച്ച് വിവാഹം കഴിപ്പിച്ചെന്നും തുടങ്ങി ഒരുപാടു നുണകൾ രാകേഷ് ഞങ്ങൾക്കു മുന്നിൽ നിരത്തി. ആദ്യഭാര്യയെക്കുറിച്ച് ചോദിച്ചപ്പോൾ അയാൾ ഒഴിഞ്ഞുമാറി.

''നിയ ഓവർഡോസ് കഴിച്ചു വയ്യാതായപ്പോൾ നിങ്ങൾ ഹോസ്പിറ്റലിൽ കൊണ്ടുപോയില്ലേ?''

''ഞാൻ അറിഞ്ഞില്ല, രാവിലെ ഓഫീസിൽ പോയി ഓരോ കാര്യങ്ങളായി തിരക്കിലായി, രാത്രി വൈകി വീട്ടിലെത്തിയപ്പോഴേക്കും അവൾ ഉറങ്ങിയിരുന്നു. ഞാൻ ഓഫീസിൽ പോയിക്കഴിഞ്ഞു പണിക്കാരി റൂമിൽ പോയി നോക്കിയപ്പോളാണ് അറിഞ്ഞത്.'' അയാൾ പൊലീസിനു കൊടുത്ത മൊഴിയിൽനിന്നും മാറ്റമില്ലാതെ പറഞ്ഞു.

''നിയയ്ക്കു സുഖമില്ലായിരുന്നു എന്നവൾ നിങ്ങളോടു പറഞ്ഞിരുന്നില്ലേ?''

''ഇല്ല, പിന്നീട് പണിക്കാരിയാണ് പറഞ്ഞത് അവൾ രാവിലെ മുതൽ സുഖമില്ലെന്നു പറഞ്ഞു കിടക്കുകയായിരുന്നു എന്ന്.''

''നിങ്ങൾ രാത്രി ഒരുമിച്ചല്ലേ കിടന്നത്?''

''അല്ല, ഞാൻ വൈകിവരുന്ന ദിവസങ്ങളിൽ, പ്രത്യേകിച്ച് മദ്യപിച്ചുവരുന്ന ദിവസങ്ങളിൽ വേറെ മുറിയിലാണ് കിടക്കാറ്.''

''രാവിലെ നിങ്ങൾ ബ്രേക്ഫാസ്റ്റ് കഴിച്ചിട്ടാണോ പോയത്? എന്തായിരുന്നു ബ്രേക്ഫാസ്റ്റ്? നിയയാണോ ഉണ്ടാക്കിയത്?''

അയാൾ കുറച്ചുനേരം ആലോചിച്ചു പറഞ്ഞു. ''സെർവെന്റ് ഉണ്ട്. എന്തു കഴിച്ചു എന്ന് ഓർമ്മയില്ല. അല്ല, അന്നു ഞാൻ നേരത്തെ പോകേണ്ടതിനാൽ ഒന്നും കഴിക്കാതെയാണ് പോയത്. നിങ്ങൾ എന്തിനാണ് ഈ ചോദ്യങ്ങൾ ഒക്കെ ചോദിക്കുന്നത്?''

അയാൾ തിരക്കുകൾ പറഞ്ഞ് കൂടുതൽ സംസാരിക്കാൻ നിൽക്കാതെ അവിടെനിന്നും നടന്നുനീങ്ങി.

കമ്പനിയെക്കുറിച്ചും അന്നേദിവസം എത്ര മണിക്കാണ് അയാൾ ഓഫീസിൽ എത്തിയത് എന്നും അന്നു രാത്രി എത്രമണിക്ക് തിരിച്ചു പോയെന്നും കൂടുതൽ മരുന്ന് ഏതു ഡോക്ടർ എഴുതിക്കൊടുത്തു എന്നും ഞാൻ വിശദമായി അന്വേഷിച്ചു. കമ്പനി നഷ്ടത്തിൽ ആണെന്നും അതു നിയയുടെ പേരിൽ ആണെന്നും കമ്പനിയുടെ പേരിൽ എടുത്ത ലോണുകളുടെ വൻബാധ്യത അവളുടെ പേരിൽ ഉണ്ടെന്നും ഉള്ള കാര്യങ്ങൾ അറിഞ്ഞെങ്കിലും തെളിവുകൾ എല്ലാം അസാധാരണമായി ഒന്നും ഇല്ലാത്ത വിധേനതന്നെ കിടന്നു. എങ്കിലും 'ശ്രദ്ധയിൽപ്പെട്ട ചില അസ്വാഭാവിക കാര്യങ്ങൾ' വച്ച് 'സംശയാസ്പദം' എന്ന ലേബലോടെ ഞാൻ ഫയൽ ഒഫീഷ്യൽസിനു തിരിച്ചയച്ചു. മെയിൽ കിട്ടിയതും അവർ കൂടുതൽ വിവരങ്ങൾ ശേഖരിച്ചു മീറ്റിംഗ് കൂടാനും ഉടനെ രാകേഷിനെ അറസ്റ്റ് ചെയ്യാനും ഓർഡർ ഇട്ടു.

ഒരു കേസ് സംബന്ധമായി ഇന്നു രാത്രിയിലെ ഫ്ളൈറ്റിൽ അത്യാവശ്യമായി ഡൽഹിയിലേക്ക് പോകേണ്ടതിനാൽ ഈ കേസ്

ഞാൻ നിന്നെ ഏൽപ്പിക്കുന്നു. കേസ് സംബന്ധമായ എല്ലാ രേഖകളും മെയിലിന്റെ കൂടെ ഫയൽ ആയി അറ്റാച്ച് ചെയ്യുന്നുണ്ട്. നാളെ ഒരു ദിവസത്തിനുള്ളിൽതന്നെ നീ കൂടുതൽ ശക്തമായ തെളിവുകൾ ശേഖരിക്കുകയും ഫയലിലെ വിവരങ്ങളും കൂട്ടി എത്രയും പെട്ടെന്നു ബന്ധപ്പെട്ടവർക്കു സമർപ്പിക്കുകയും വേണം. അർമേനിയ ട്രെയിനിംഗ് കഴിഞ്ഞ് നീ ഫ്ളൈറ്റിൽ കേറുന്നതിനു മുൻപേ ഈ മെയിൽ വായിക്കും എന്ന് ഉറപ്പുണ്ട്. നിന്റെ അടുത്ത വിജയകരമായ അസൈൻമെന്റ് ഇതാവട്ടെ, ആശംസകളോടെ,

സ്പെഷ്യൽ ഇന്ത്യൻ ഇൻവെസ്റ്റിഗേഷൻ സക്വാഡ് ഓഫീസർ,

സീമ വാട്ക.

■

തൊണ്ടിമുതൽ ഇല്ലാത്ത മോഷണം

അന്നത്തെ അത്താഴത്തിനുള്ള ഭക്ഷണം ഉണ്ടാക്കി അടച്ചുവച്ച് പാത്രങ്ങളും കഴുകി കൈ സാരിത്തലപ്പിൽ തുടച്ചുകൊണ്ട് അവർ പതുക്കെ മുറിയിലേക്കു നടന്നു. ഇപ്പോൾ രാത്രി വിശപ്പില്ലാത്തതിനാൽ സാധാരണ കഴിക്കാറുള്ള പാൽക്കഞ്ഞിയും ഉണ്ടാക്കി കഴിച്ചില്ല. വാരാന്ത്യം ആയതിനാൽ മകനും മരുമകളും ഓഫീസിൽ നിന്നും വൈകി ഇറങ്ങി പതിവു ഷോപ്പിങ്ങും കഴിഞ്ഞു വീട്ടിൽ എത്തിയതേ ഉള്ളൂ. മകന്റെ മക്കളായ അരവിന്ദും ആനന്ദും ട്യൂഷനും ഫുട്ബോൾ പ്രാക്ടീസും കഴിഞ്ഞു വീട്ടിലെത്തി ടി.വി റിമോട്ടിനായി അടികൂടുന്നു.

''മോനേ, ചോറും കറികളും അടുക്കളയിൽ അടച്ചുവച്ചിട്ടുണ്ട്. എല്ലാരും എടുത്തുകഴിക്കണേ. അമ്മ കിടക്കാൻ പോകുന്നു. തീരെ വയ്യ.'' നനഞ്ഞ കൈകൾ സാരിത്തലപ്പിൽ തുടച്ച് അടുക്കളവാതിലിൽ ചാരിനിന്നുകൊണ്ട്, വസ്ത്രം മാറ്റി താഴേക്ക് പടികൾ ഇറങ്ങിവരുന്ന മകനെ നോക്കി അവർ പറഞ്ഞു.

''ശരി അമ്മേ, അമ്മ പോയി കിടന്നോളൂ. ഞങ്ങൾ കഴിച്ചോളാം.'' അയാൾ അമ്മയുടെ പണിയെടുത്തു ക്ഷീണിച്ച മുഖത്തേക്കും നനഞ്ഞ സാരിയിലേക്കും നോക്കി. അച്ഛൻ മരിച്ചശേഷം അയാളുടെ കൂടെ താമസമാക്കിയ അമ്മ ഒരു പരാതിയും പറയാതെ ആ വീട്ടിലെ എല്ലാ പണികളും ചെയ്യുന്നു. അയാൾക്കു സഹതാപവും സങ്കടവും തോന്നി.

''അപ്പാ, ഞങ്ങൾക്കു ഡിന്നർ പിസ മതി. വി ഹെയ്റ്റ് റൈസ്.'' മക്കൾ രണ്ടുപേരും ഒരേസ്വരത്തിൽ പറഞ്ഞു.

''യെസ്, രാകേഷ്, എനിക്കും ഇന്നു റൈസ് കഴിക്കാൻ മൂഡില്ല. പിസ ഓർഡർ ചെയ്യാം. ഇപ്പോൾ ഓർഡർ ചെയ്താൽ ഒന്നു കുളിച്ചു ഫ്രഷായി വരുമ്പോഴേക്കും കിട്ടും.'' ലീന മക്കളെ പിന്താങ്ങി.

‘‘എങ്കിൽ നിങ്ങൾ ഓർഡർ ചെയ്യൂ. ഞാൻ ചോറ് കഴിച്ചു കിടന്നോളാം.’’ അയാൾ തന്റെ അമ്മയുടെ ക്ഷീണിച്ച മുഖത്തേക്കു നോക്കി.

‘‘ബാക്കിവന്ന ചോറും കറികളും എന്തു ചെയ്യും ലീന? നാളെ ഹോളിഡേ ആയതുകൊണ്ട് നമ്മൾ പുറത്തുപോകില്ലേ?’’ നാലു പേർക്കായി ഉണ്ടാക്കിയ ഭക്ഷണം കണ്ട് രാകേഷ് പറഞ്ഞു.

‘‘ഒരു പാത്രത്തിൽ ആക്കി അടച്ചുവച്ചേക്കൂ, നാളെ രാധയോടു പറഞ്ഞ് പുറകുവശത്ത് കുഴിച്ചിടാം.’’

ലീന ഫ്രിഡ്ജിനു മുകളിൽനിന്നും മെനു കാർഡുകൾ എടുത്തു സിറ്റിംഗ് റൂമിലേക്കു നടന്നു.

അമ്മ പതുക്കെ അടുക്കളയിലേക്കു തിരിച്ചുനടന്ന് ഒരു പാത്രത്തിൽ മകനുള്ള ചോറും കറികളും വിളമ്പി മേശമേൽവച്ച് ബാക്കി വന്ന ചോറും കറികളും ഒരു വലിയ പാത്രത്തിലാക്കി അടച്ചുവച്ച് അയാൾക്കരികിലായി വന്നിരുന്നു. ലീന അപ്പോൾ മക്കളുടെ ഇഷ്ടപ്പെട്ട പിസ ഓർഡർ ചെയ്യുന്ന തിരക്കിലായിരുന്നു. രാകേഷ് കുറ്റബോധത്തോടെ അമ്മയുടെ മുഖത്തുനോക്കാതെ തലതാഴ്ത്തി പതുക്കെ ഭക്ഷണം കഴിച്ച് കൈ കഴുകി മുകളിലെ മുറിയിലേക്കു കിടക്കാനായി പോയി.

ഓർഡർ ചെയ്ത പിസ കിട്ടിയശേഷം അതു കഴിച്ച് ടി വിയും കണ്ട് പന്ത്രണ്ടു മണിയോടെ ലീനയും കുട്ടികളും ഉറങ്ങാൻ പോയി.

പിറ്റേന്നു രാവിലെ അടുക്കളയിൽ എത്തിയ അമ്മ ഭയത്തോടെ മകനെ ഉറക്കെ വിളിച്ചു.

‘‘മോനെ ഓടിവാ. വീട്ടില് കള്ളൻ കയറീന്നു തോന്നുന്നു.’’

അമ്മയുടെ കരച്ചിൽ കേട്ട് രാകേഷും ലീനയും പടികൾ ഇറങ്ങി ഓടി അടുക്കളയിൽ എത്തി. അടുക്കളയിലെ പുറകുവശത്തെ വാതിൽ പകുതി തുറന്നുകിടന്നിരുന്നു. അതു കണ്ടതും അവർ വേഗം മുകളിലെ മുറിയിലേക്ക് ഓടി സ്വർണ്ണവും പണവും പ്രധാനപ്പെട്ട രേഖകളും എല്ലാം അവിടെ ഇല്ലേയെന്നു പരിശോധിച്ചു. അതു കഴിഞ്ഞ് തിരിച്ചു താഴേക്കു വന്ന് അമ്മയുടെ കൈയിലെയും കഴുത്തിലെയും സ്വർണം വല്ലതും പോയോ എന്ന് അന്വേഷിച്ചു. രാകേഷിന്റെ മേശയുടെ മുകളിൽ വച്ചിരുന്ന പിസ ഓർഡർ ചെയ്തതിന്റെ ബാക്കി ഇരുനൂറു രൂപയുടെ നോട്ടുകൂടി അതുപോലെ ഇരിക്കുന്നു എന്നതും ഒരു സാധനവും ആ വീട്ടിൽനിന്നും മോഷ്ടിക്കപ്പെട്ടില്ല എന്നതും അവരിൽ അത്ഭുതം ഉളവാക്കി.

''രാകേഷ്, വേഗം രാഘവേട്ടനോടും മുനീറിനോടും ചെറിയാനോടും രാഖിച്ചേച്ചിയോടും ഒക്കെ വിളിച്ചുപറയൂ. അവർ ഈ ഹൗസിംഗ് കോളനിയുടെ ഭാരവാഹികളാണല്ലോ. അറിയട്ടെ ഇങ്ങനെ ഒരു സംഭവം ഇവിടെ നടന്നത്.'' എന്തെങ്കിലും ആ വീട്ടിൽനിന്നും നഷ്ടപ്പെട്ടിട്ടുണ്ടോ എന്നു വീണ്ടും വീണ്ടും തിരയുന്നതിനിടെ ലീന പറഞ്ഞു.

രാകേഷ് ഭാര്യ പറഞ്ഞവരെയും അയൽവാസികളെയുംകൂടി വിളിച്ച് നടന്ന കാര്യം പറഞ്ഞു. അതോടുകൂടി ഓരോരുത്തരായി പൂട്ട് പൊളിഞ്ഞുകിടക്കുന്ന വാതിൽ കാണാനും അഭിപ്രായം പറയാനുംവേണ്ടി അവിടേക്ക് എത്തിക്കൊണ്ടിരുന്നു.

''രാകേഷ്, ഒന്നും നഷ്ടപ്പെട്ടില്ല എങ്കിലും ഇതത്ര നിസ്സാരമാക്കി തള്ളിക്കളയണ്ട കേട്ടോ. ചിലപ്പോൾ ഒരു കൊള്ളയ്ക്കു മുൻപ് ഉള്ള പരീക്ഷണമാവും ഇത്.'' രാഘവേട്ടൻ വാതിൽ പരിശോധിച്ച് തന്റെ അഭിപ്രായം രേഖപ്പെടുത്തി.

''ശരിയാ, വാതിൽ പൊളിച്ച് അകത്തുകയറുമ്പോൾ നിങ്ങൾ അറിയുമോ ഇല്ലേ എന്നൊക്കെ അറിയാൻ ടെസ്റ്റ് ചെയ്തതാകും. ഇതിപ്പോ നിങ്ങൾ എല്ലാരും രാവിലെയല്ലേ അറിഞ്ഞുള്ളൂ.'' കള്ളൻ എന്തെങ്കിലും ആയുധം അവിടെ എവിടെയെങ്കിലും ഇട്ടിട്ടുണ്ടോ എന്നു തിരഞ്ഞുകൊണ്ട് ചെറിയാൻ പറഞ്ഞു.

''എങ്കിൽ പൊലീസിൽ പരാതി കൊടുത്താലോ? ഇതിപ്പോ ഒന്നും പോയില്ലല്ലോന്നു കരുതി പൊലീസിനെ ഒന്നും വിളിച്ചില്ല.'' ലീന അതുകേട്ടു പരിഭ്രമത്തോടെ രാകേഷിന്റെയും ചെറിയാന്റെയും മുഖങ്ങളിലേക്കു മാറിമാറി നോക്കി.

''ഇപ്പോൾ ഒന്നും നഷ്ടപ്പെട്ടിട്ടില്ലാത്ത സ്ഥിതിക്ക് ഈ കോളനിയിൽ പൊലീസ് വന്നു ന്യൂസ് സ്പ്രെഡ് ആയാൽ നമുക്കുതന്നെയല്ലേ ക്ഷീണം, ചെറിയാനേ. നമുക്കുതന്നെ റൗണ്ട് എടുത്ത് കാവൽ നിന്നാൽ പോരേ?'' വലതുവശത്തെ രണ്ടാമത്തെ വില്ലയിലെ ശങ്കർ ഇതു പറഞ്ഞശേഷം ആളുകളുടെ പരസ്പര സഹകരണക്കുറവിനെക്കുറിച്ച് വാചാലനായി.

''മത്തായിക്ക് ഓർമ്മ ഇല്ലേ. പണ്ട് ഈ വില്ലകൾ നിന്നിടത്തൊക്കെ പാടം ആയിരുന്നല്ലോ. നമ്മടെ വീടിന്റെ അടുത്തുള്ള വാധ്യാരുടെ വീട്ടിൽ കേറി കട്ട കള്ളൻ ഈ പാടത്തിലൂടെയാ ഓടിരക്ഷപ്പെട്ടത്.''

പട്ടാളത്തിൽനിന്നും പെൻഷൻ പറ്റിയ സഹദേവൻനായരും ബാങ്കിൽനിന്നും പിരിയാറായ മത്തായിയും അന്നാട്ടിലെ പണ്ടത്തെ കള്ളന്മാരേയും അവരുടെ കക്കലിന്റെ ടെക്നിക്കുകളെയും കുറിച്ച്

വാതോരാതെ സംസാരിച്ചു. ഇത്രയും കൊല്ലത്തിനിടെ അവരാരും ബുദ്ധിമുട്ടി വാതിലിന്റെ പൂട്ട് ഇടിച്ചുപൊളിച്ച് ഉള്ളിൽ കയറി ഒന്നും കക്കാതെ പോയ കള്ളനെക്കുറിച്ച് കേട്ടിട്ടേ ഇല്ലായിരുന്നു.

ആയിടയ്ക്കായി പണിക്കു വന്ന ബംഗാളിയെയും പച്ചക്കറി വിൽക്കാൻ വരുന്നവനെയും മീൻകാരനെയും ഉന്തുവണ്ടിയുമായി ഇസ്തിരിയിടാൻ വരുന്നവനെയും കോളനിക്കാർ സംശയദൃഷ്ടിയോടെ വീക്ഷിച്ചെങ്കിലും അവരാരുമല്ല എന്ന നിഗമനത്തിൽ എത്തി. അവർ ഗ്രൂപ്പായി ഇരുന്ന് പലതരം കള്ളന്മാരെയും കൊള്ളയെയും പറ്റി സംസാരിച്ചു.

''രാകേഷേ, വീടിന്റെ മതിലിന്റെ മുകളിൽ വല്ലതും വരച്ചുവയ്ക്കുകയോ സ്റ്റിക്കർ ഒട്ടിക്കുകയോ മറ്റോ ചെയ്തിട്ടുണ്ടോന്നു നോക്കിയോ?'' ലില്ലി അതും പറഞ്ഞു മതിൽ മൊത്തം പരതിനോക്കി. പക്ഷേ, അവിടെയൊന്നും ഒരു വരപോലും അവർക്കു കണ്ടെത്താനായില്ല.

''ഇപ്പോൾ ഉള്ളത് ഹൈടെക് കള്ളന്മാർ അല്ലേ? വീടു മൊത്തമായി അടിച്ചെടുത്തു കൊണ്ടോവുന്ന വർഗ്ഗങ്ങൾ. ഒന്നൂടെ നോക്കിയിരുന്നോ ലീനേ. വിലപിടിപ്പുള്ള എന്തേലും പോയിട്ടുണ്ടോന്ന്!'' രുഗ്മിണി കള്ളൻ കേറിയിട്ടും ഒന്നും പോയില്ലല്ലോ എന്ന നിരാശയിൽ ലീനയോടു ചോദിച്ചു.

''അതല്ലേ അത്ഭുതം. ഒന്നും പോയിട്ടില്ലന്നേ. പക്ഷേ, കാലക്കേടിന് ഭയം മനസ്സീന്നു പോകുന്നില്ല. ഇനി അടുക്കളയിൽനിന്നും വല്ല അരിയോ സാധനങ്ങളോ പോയെങ്കിലേയുള്ളൂ.'' ലീന പറഞ്ഞു.

''ഇന്നത്തെ കാലത്ത് ആരാ പട്ടിണിക്കാർ ഉള്ളത്? ഏതായാലും ഈ നാട്ടിൽ ഒന്നും ഭക്ഷണം കിട്ടാത്തവർ കാണില്ല.'' രുഗ്മിണി അതു പറഞ്ഞ് തന്റെ കൈയിലെ ഡയമണ്ട് വളയും കഴുത്തിലെ മാലയും അവിടെത്തന്നെ ഇല്ലേ എന്നു തപ്പിനോക്കി.

അതുകേട്ട ചെറിയാനും ശങ്കറും അതു ശരിയാണ് എന്നു സമ്മതിച്ചുകൊണ്ട് ചിരിച്ചു. ആ ചിരിയെ കളിയാക്കിയെന്നപോലെ ആ കോളനിക്കപ്പുറത്തെ തെരുവിൽനിന്നും ഒരു കൊച്ചുകുഞ്ഞ് വിശന്ന് ഉറക്കെ കരഞ്ഞുകൊണ്ടിരുന്നു. പലപ്പോഴായി ഡിപ്രഷൻ മാറാനുള്ള ഷോപ്പിങ്ങിലും പൊങ്ങച്ചത്തിനും മാത്രമായി വാങ്ങിക്കൂട്ടിയ വസ്ത്രങ്ങളും കഷ്ടപ്പെട്ട് തടി കുറയ്ക്കുമ്പോൾ സൈസ് മാറിയ വസ്ത്രങ്ങളും കൊടുത്തതിനാൽ നല്ല വേഷം ധരിച്ചുമാത്രം നടന്നിരുന്ന ആ കോളനിക്കു പുറത്തുള്ള പലരുടെയും വയറു കാലിയാണെന്നത് ഭക്ഷണത്തിന്റെ വില അറിയാത്ത ആ വിഭാഗത്തിന് അറിയില്ലായിരുന്നു.

നാലു ദിവസം ഇരുട്ടി വെളുത്തപ്പോൾ കോളനിക്കാർ കള്ളന്റെ കഥ മറന്നു വേറെ പല തിരക്കുകളിലേക്കും തിരിഞ്ഞു.

മോഷണം നടന്ന രാത്രി ബാക്കിവന്ന ചോറും കറികളുമാണ് മോഷണം പോയതെന്ന് ആ വീട്ടിലെ അമ്മയല്ലാതെ വേറെ ആരും ശ്രദ്ധിച്ചിരുന്നില്ല. കാലിയായ പാത്രത്തിൽ നന്ദി എന്ന കുറിപ്പ് കണ്ട ആ അമ്മ അന്നുമുതൽ എന്നും ഉറങ്ങുന്നതിനുമുമ്പ് ചോറും കറികളും പാത്രത്തിലാക്കി പുറത്തെ തിണ്ണയിൽ അടച്ചുവച്ചു. അതുകൊണ്ടുതന്നെ ആ വീട്ടിലെ അടുക്കളവാതിലിന്റെ പൂട്ട് പിന്നീട് ഒരിക്കലും പൊളിക്കപ്പെട്ടും ഇല്ല. ആ മോഷണം ഒരിക്കലും തെളിയിക്കപ്പെടുകയോ ഭക്ഷണം കട്ടു എന്ന കാരണംകൊണ്ട് ആരും കൊല്ലപ്പെടുകയോ ഉണ്ടായില്ല. കാരണം തൊണ്ടിമുതൽ വിശന്ന കുറെ വയറുകൾക്ക് ആശ്വാസമേകി അലിഞ്ഞുചേർന്നിരുന്നു.

■

ഒന്നാം നമ്പർ ജെഴ്സിയിലെ ചുവപ്പു കറ

സൗദാമിനി തന്നുവിട്ട കഞ്ഞിയും പയറും കൊണ്ടാട്ടവും നിറച്ച സഞ്ചി ചെരിയാതെ ശ്രദ്ധിച്ചു കാലുകൾക്കിടയിൽ ഒതുക്കിപ്പിടിച്ച്, അതിവേഗം പുറകിലേക്കു മറഞ്ഞുപോകുന്ന കാഴ്ചകൾ നോക്കി അയാൾ തിരക്ക് തീരെയില്ലാത്ത ബസിന്റെ ജനാലയ്ക്കരികിലെ സീറ്റിൽ ഇരുന്നു. 'പാവറട്ടി...പാവറട്ടി..' എന്നു കണ്ടക്ടർ ഉറക്കെ വിളിക്കുന്നതു കേട്ടപ്പോൾ മാസ്ക് ശരിയാക്കി, തന്നെ ആരോ വിളിച്ചപോലെ അരവിന്ദൻ പെട്ടെന്ന് സഞ്ചിയുമായി എണീറ്റ് ആ സ്റ്റോപ്പിൽ ഇറങ്ങി.

ഫുട്ബാൾ ടൂർണമെന്റ് നടക്കുന്ന ഗ്രൗണ്ടിൽ ഇറങ്ങി ഗോൾ പോസ്റ്റിലേക്കു നടക്കുന്നതുപോലെ ആകാംക്ഷയോടെ അയാൾ ഇടത്തോട്ടു തിരിയുന്ന ചെറിയ റോഡിലൂടെ മുന്നോട്ടുനടന്നു. മാസ്ക് വച്ചതിനാലും കാൽമുട്ടുകൾ മാറ്റിവച്ചിട്ടും വേദന കുറവില്ലാത്തതിനാലും കുറച്ചുനടന്നപ്പോൾ ക്ഷീണിച്ച് ഇടതുവശത്തായി കണ്ട ഒരു സിമന്റ് തറയിൽ ഇരുന്നു. കാറ്റത്ത് അയാളുടെ നീണ്ട നരച്ച മുടികൾ പാറിക്കൊണ്ടിരുന്നു.

''ഗോളി അരവിന്ദൻ, സ്ട്രൈക്കർ മുജീബ്, സ്റ്റോപ്പർ രാജൻ, ഫാസ്റ്റ് ഷൂട്ടർ ആലിക്കോയ...'' മൈക്കിൽ അനൗൺസ്മെന്റ് ഉയരുന്നതായി അയാൾക്കു തോന്നി. ഒരുപാട് മുഖങ്ങൾ ആ ആരവത്തിനൊപ്പം അയാളുടെ മനസ്സിലൂടെ കടന്നുപോയി. അത് ആലിക്കോയയിൽ എത്തിനിന്നതും അയാൾ തന്റെ ഗോൾപോസ്റ്റിലേക്കു നടക്കുന്നതുപോലെ ആ വഴിയിലൂടെ മുന്നോട്ടു നടക്കാൻ തുടങ്ങി.

കുറച്ചു ദൂരം പോയി ഇടത്തോട്ടു തിരിഞ്ഞപ്പോൾ പുതിയ ഇരുനില കെട്ടിടത്തിനരികെ അയാൾ സംശയിച്ചുനിന്നു മുട്ടുകൾ തടവി പച്ചക്കറിക്കടയുടെ പുറത്തു സാധനങ്ങൾ ഒതുക്കിവയ്ക്കുന്ന ആളിനോടു ചോദിച്ചു.

''ആലിക്കോയേടെ വീട് ഇവടെ ആയിരുന്നല്ലോ.''

''ഫുട്ബോൾ കോയ ആണോ? ആള് ചികിത്സയ്ക്കുവേണ്ടി ഈ സ്ഥലം വിറ്റ് രണ്ടു വളവ് അപ്രത്ത് ഉള്ളിലോട്ടു സ്ഥലം മേടിച്ചു വീടു വച്ചു. അതിപ്പോ കുറെ കാലം ആയല്ലോ.''

അതു കേട്ടതും അയാൾ വേദന വകവയ്ക്കാതെ മുന്നോട്ടു നടന്നു. രണ്ടു വളവുകൾ തിരിഞ്ഞ് ഇടുങ്ങിയ ഇടവഴിയുടെ ഇടതുവശത്തായുള്ള കുഞ്ഞുവീടിന്റെ മുറ്റത്ത് ഒരു പയ്യൻ അനായാസമായി ഫുട്ബാൾ തട്ടി തടുത്തുകളിക്കുന്നതു കണ്ടപ്പോൾ അയാൾ സംശയമില്ലാതെ സിമന്റ് ഇടാത്ത, ചുവന്ന ചെങ്കല്ലുകൾ അസ്ഥികൂടം പോലെ കാണുന്ന ആ വീട്ടിലേക്കു കയറി.

''ആരാ? എബ്ടുന്നാ?'' തട്ടം തലയിലേക്ക് വലിച്ചിട്ടു മെലിഞ്ഞു നീണ്ട ഒരു സ്ത്രീ ചോദിച്ചു.

''ആലിക്കോയേടെ മോളാണോ? ഞാൻ അരവിന്ദൻ. ആലീടെ കൂടെ പണ്ട്...''

''കൂയ്... ഗോളി... കേറിവാ.'' അരവിന്ദൻ മുഴുവൻ പറഞ്ഞുകഴിയുന്നതിനുമുൻപേ അകത്തുനിന്നും ശബ്ദം ഉയർന്നു.

ചെറിയ വെട്ടം മാത്രമുള്ള മുറിയിൽ അരയ്ക്കൊപ്പം കമ്പളം മൂടി കിടക്കുന്ന ക്ഷീണിച്ച മനുഷ്യന്റെ മുഖത്ത് അരവിന്ദൻ പഴയ വീര്യം തിരഞ്ഞു നിരാശനായി.

ഇരുപതു വർഷങ്ങൾക്കു മുമ്പ് സെവൻസിലെ രണ്ടു ടീമുകളിലെ മിടുക്കനായ ഗോളിയും വേഗതയേറിയ കളിക്കാരനും വർഷങ്ങൾക്കു ശേഷം കണ്ടുമുട്ടിയപ്പോൾ രണ്ടുപേരുടെ മനസ്സിലും എതിർടീമുകളിൽ പണ്ട് ഉണ്ടായിരുന്ന മത്സരം ഇല്ലായിരുന്നു. പ്രതീക്ഷയ്ക്കൊത്ത് ഉയരാനാവാതെ വളർച്ചയറ്റു നിലംപതിച്ച രണ്ടു മരങ്ങളായിരുന്നു അവർ. എങ്കിലും ആവേശത്തോടെ സെവൻസ് ഫുട്ബാൾ കളിക്കാരെക്കുറിച്ചും കളിയെക്കുറിച്ചും അവർ വാതോരാതെ സംസാരിച്ചു. അവസാനം സംസാരം ആലിക്കോയയ്ക്കുണ്ടായ അപകടത്തിൽ എത്തിനിന്നപ്പോൾ അയാൾ പുതച്ചിരുന്ന കമ്പളം കൈകൊണ്ടു വലിച്ചുമാറ്റി അരവിന്ദന്റെ മുഖത്തേക്കു നോക്കി. ഗോളി ആയിരുന്ന അരവിന്ദൻ ഏറ്റവും പേടിച്ചിരുന്ന എതിർടീമിലെ വേഗതയേറിയ ആ കാലുകളുടെ സ്ഥാനത്തെ ശൂന്യത അയാളെ അസ്വസ്ഥനാക്കി.

''ഇതാരാ ചെയ്തത് എന്ന് ആലിക്ക് അറിയാമായിരുന്നോ?''

''അറിയാം.'' അയാൾ ദൂരേക്കു നോക്കി നിർവികാരനായി പറഞ്ഞു.

അതുകേട്ട് ഇരുന്ന ഇരുപ്പിൽ വീണുപോകുമോ എന്നു ഭയന്ന് അരവിന്ദൻ കട്ടിലിന്റെ അരികിൽ മുറുകെപ്പിടിച്ചു.

''ആരാ ചെയ്തേന്നാ നീ കരുതുന്നെ? നിനക്ക് ആള് മാറിയതാണോ?'' അയാൾ ആലിയുടെ കണ്ണുകളിലേക്കു സൂക്ഷിച്ചുനോക്കി.

‘‘ആ ആളിനെ ഏത് ഇരുട്ടത്തും ഞാൻ തിരിച്ചറിയും.’’

അരവിന്ദനു വാക്കുകൾ തൊണ്ടയിൽ കുരുങ്ങി. അയാൾ പറയാൻ വന്ന വാക്കുകൾ തൊണ്ടയിൽ ഉടക്കിക്കൊണ്ട് ചോദിച്ചു.

‘‘എങ്കിൽ എന്തുകൊണ്ടാ അന്നു പറയാഞ്ഞത്?’’

‘‘ഫൈനൽ അടുത്ത സമയത്ത് അതറിഞ്ഞോ കളി നടക്കില്ലായിരുന്നു, എങ്കി അന്ന് ഞങ്ങടെ ടീം ജയിക്കില്ലായിരുന്നു.’’

അരവിന്ദൻ ഉറക്കെ കരഞ്ഞ് അയാളെ കെട്ടിപ്പിടിച്ചു. ‘‘ഫുട്ബോൾ ഇല്ലാതെ നീ എങ്ങനെ ജീവിക്കുന്നു ആലി?’’

‘‘ഡാ മോനെ മുന്നാസെ, ആ ബോൾ ഒന്നു താടാ.’’ അയാൾ മകളുടെ മോനെ വിളിച്ചു.

അയാൾ കട്ടിലിൽ കിടന്നു കുട്ടി കൊടുത്ത ബോൾ കൈവിരലിൽ കറക്കി പതിയെ തട്ടി മറ്റേ കൈകളിൽ തിരിച്ചു.

‘‘കാലുകളേ പോയുള്ളൂ. ഈ നെഞ്ചിൽ ഇപ്പോളും കേൾക്കാം കളിയുടെ ആരവം. അതു ഞാൻ ചാവോളം ഇങ്ങനെ എരമ്പിക്കൊണ്ടിരിക്കും.’’ ആലിക്കോയ കൈകൊണ്ട് നെഞ്ചിൽ പതിയെ കൊട്ടി ബോൾ തലയണയ്ക്കരികിൽ വച്ചു.

‘‘വാപ്പ കുറേ കാലംകൊണ്ടാ ഇങ്ങനെ സന്തോഷായി കാണണെ. അല്ലെങ്കി എപ്പളും ഒറക്കാ.’’ മകൾ ചായയും അവൽ നനച്ചതും അവർക്കരികിൽ കൊണ്ടുവച്ചുകൊണ്ട് പറഞ്ഞു.

‘‘ഇങ്ങടെ കുടുംബോക്കെ?’’ മകൾ ചോദിച്ചു.

‘‘ഭാര്യ സൗദാമിനി. ഒറ്റ മോനാ. അവനിപ്പോ ഒരപകടത്തിൽ പെട്ട് കാലു മുറിച്ച് ആശുപത്രിയിൽ കിടപ്പാ.’’

അപ്പോളാണ് അരവിന്ദൻ ആശുപത്രിയിലേക്കുള്ള തന്റെ യാത്രയെയും ആ വീട്ടിലേക്കു കയറുമ്പോൾ പുറത്തെ തിണ്ണയിൽവച്ച കഞ്ഞിസഞ്ചിയെയും കുറിച്ച് ഓർത്തത്. കാലുകളറ്റു കിടക്കുന്ന കളിക്കാരനെയും അരികിൽ അനക്കമില്ലാതെ കിടക്കുന്ന ഫുട്ബോളും നോക്കി, വിദഗ്ധമായി കരുക്കൾ നീക്കിയിട്ടും കളിച്ചുതോറ്റു ഗ്രൗണ്ടിൽനിന്നും തിരിച്ചുനടക്കുന്ന ക്യാപ്ടനെപ്പോലെ അയാൾ ആ വീടിന്റെ പടികളിറങ്ങി തലയും താഴ്ത്തി തിരിച്ചുനടന്നു.

ആലിക്കോയ മുൻപില്ലാത്ത സന്തോഷത്തോടെ ഒരു കൈയിൽ നിന്നും മറുകൈയിലേക്ക് ബോൾ എറിഞ്ഞുപിടിച്ചുകൊണ്ടിരുന്നു. അയാളുടെ മനസ്സപ്പോൾ ഗോൾപോസ്റ്റിലേക്ക് വിജയത്തിന്റെ ഗോൾ അടിച്ച കളിക്കാരനെപ്പോലെ ഗൂഢമായ സന്തോഷത്താൽ മിടിച്ചു.

■

ആറ്റമ്മ

വൃത്തിയാക്കിയ മീൻ പ്ലേറ്റിൽ ഇട്ട്, ചെകിളയും ചോരയും കലർന്ന വെള്ളം തൊടിയിലേക്കു നീട്ടിവലിച്ചെറിഞ്ഞശേഷം ചട്ടി കഴുകി ആറ്റമ്മ അടുക്കളപ്പുറത്തെ തറയിൽ കൊണ്ടുവച്ചു.

''ഈ വീട്ടിലെ ഒറ്റ കത്തിയും കാണാനില്ലല്ലോ. നിങ്ങൾ മീൻ നന്നാക്കാൻ എടുത്ത കത്തി എവടെ?'' ശ്രീജ മീൻ വച്ച പ്ലേറ്റിലും ചട്ടിയിലും നോക്കി. കത്തി എന്നാൽ എന്താണ് എന്ന് അറിയാത്ത പോലെ ആറ്റമ്മ അവളുടെ മുഖത്തേക്കു നോക്കി. അതുകണ്ട് ദേഷ്യം പിടിച്ച അവൾ അവർ മീൻ നന്നാക്കാൻ ഇരുന്ന പൈപ്പിനരികിലെ അരമതിലിനടുത്തേക്കു പോയി.

''ദേ കിടക്കുന്നു കത്തി. വെറുതെയല്ല ഇവിടുത്തെ സ്പൂണും കത്തിയും ഒക്കെ അപ്രത്യക്ഷമാകുന്നത്.'' അവൾ ദേഷ്യത്തോടെ കത്തിയെടുത്ത് പൈപ്പിലെ വെള്ളത്തിൽ കഴുകി വൃത്തിയാക്കി ആറ്റമ്മയെ ദേഷ്യത്തോടെ നോക്കി അടുക്കളയിലേക്കു കയറിപ്പോയി.

അടുക്കളപ്പുറത്തെ ഗ്രിൽ ചാരിനിന്ന ആറ്റമ്മ താൻ ചെയ്ത കുറ്റം എന്താണെന്നറിയാതെ വെറുതെ ചവച്ചുകൊണ്ട് ദൂരേക്കു നോക്കിനിന്നു.

''വിപിൻ, കേൾക്കുന്നുണ്ടോ? അവർക്ക് അത്തോം പൊത്തോം ഇല്ലാതായിട്ടുണ്ട്. ഇപ്പൊ അവരെ ഞാൻ നോക്കേണ്ട ഗതികേടാ.'' ശ്രീജ ദേഷ്യത്തോടെ ഉറക്കെ വിപിനോടു പറഞ്ഞു.

''എങ്ങനെയാ അവരോടു പറയുക, എന്നേം ചേച്ചിയെയും വിജിയെയും ഒക്കെ നോക്കിവളർത്തിയത് അവരല്ലേ. അവരുടെ വീട്ടിലെ കഷ്ടപ്പാട് കണ്ടു കൊല്ലങ്ങൾക്കുമുൻപേ അമ്മ കൂടെകൂട്ടിയതല്ലേ. അമ്മ പോയെങ്കിലും അവരെ അങ്ങനെ ഒഴിവാക്കാൻ പറ്റുമോ?'' വിപിൻ ആകെ ധർമ്മസങ്കടത്തിലായി.

''എന്താന്നു വച്ചാൽ ചെയ്തോ. ഒന്നും ഓർമ്മേം ഇല്ല, വെളിവും

പോയി നിന്നപ്പോളാണ് മക്കൾക്കൊന്നും തന്നോടു സ്നേഹമില്ല എന്ന സത്യം ആറ്റമ്മ മനസ്സിലാക്കിയത്. അവർക്കുവേണ്ടിയാണ് മറ്റു കുഞ്ഞുങ്ങൾക്കു വളർത്തമ്മയാകേണ്ടിവന്നത് എന്നും സഹിക്കാൻ വയ്യാത്ത സങ്കടത്തോടെയാണ് അവരിൽനിന്നും മാറി നിൽക്കേണ്ടി വന്നതെന്നും സ്വന്തം മക്കളെ പറഞ്ഞു മനസ്സിലാക്കാനാവാതെ അവർ വാക്കുകൾക്കായി പരതി.

സ്വന്തം വീട്ടിൽനിന്നും തിരിച്ചെത്തിയശേഷം ആ അമ്മയുടെ മനസ്സ് കൈവിട്ടുപോകാൻ തുടങ്ങി. അന്ന്, കാട് പൂത്തപോൽ ഓർമ്മകളെല്ലാം ഒരുമിച്ചു തലയ്ക്കുമേൽ വിടർന്നു. ചിലതെല്ലാം നക്ഷത്രങ്ങളെപ്പോലെ പ്രകാശിച്ചു. അവ ചിരിക്കുകയും കരയുകയും ചെയ്തു. പിന്നീടു കഴിഞ്ഞുപോയതെന്തൊക്കെയോ അയവിറക്കുന്നപോലെ അവർ ചവയ്ക്കാൻ തുടങ്ങി. അതോടെ അവരുടെ മനസ്സിന്റെ താളം തെറ്റാൻ തുടങ്ങിയിരുന്നു.

''ആരോ ആരോ ആരാരിരോ.'' അവർ കുഞ്ഞിനെ കൈയിലെടുത്ത് പണ്ടത്തെപ്പോലെ കാൽ നീട്ടിവച്ച് താളത്തിൽ ആട്ടിക്കൊണ്ടിരുന്നു. ജാനകി ആട്ടമ്മയും ആട്ടമ്മ ആറ്റമ്മയുമായി മാറിയ വാത്സല്യം നിറഞ്ഞ ആട്ടൽ!

അമ്മയുടെ അടുത്ത് ഇട്ടുപോരേണ്ടിവന്ന സ്വന്തം കുഞ്ഞുങ്ങളുടെ മുഖമായിരുന്നു ആറ്റമ്മ ആ കുഞ്ഞുങ്ങളിൽ കണ്ടത്. ഈ കുഞ്ഞുങ്ങളെ സ്നേഹിച്ചു വളർത്തുന്നതിനുപകരം കാവലായി ദൈവം സ്വന്തം കുഞ്ഞുങ്ങളോടൊപ്പം ഉണ്ടെന്നും, തനിക്കു കൊടുക്കാൻ പറ്റാത്ത സ്നേഹം തന്റെ അമ്മ കൊടുക്കുന്നുണ്ടെന്നും ഉള്ള വിശ്വാസത്തിൽ അവർ ആശ്വാസത്തോടെ ഉറങ്ങി. ഇടയ്ക്കെല്ലാം മുലപ്പാൽ കല്ലിച്ച മുലകളിൽ തടവി. അപ്പോളെല്ലാം തന്റെ കുഞ്ഞുങ്ങളുടെ മണം അവർക്കു ചുറ്റിലും പടർന്നു. പുതപ്പ് ചുരുട്ടി കുഞ്ഞിനെപ്പോലെ ആക്കി അവർ സങ്കടംകൊണ്ട് പൊട്ടുന്ന നെഞ്ചിലേക്കു ചേർത്തുവച്ച് കാലുകൾ പൂട്ടി കൈകൊണ്ടു പിടിച്ചു കൂനിക്കിടന്നു.

മറവിയുടെ കറുത്ത നിറമാർന്ന ആകാശത്തുനിന്നും പതിയെ ഓർമ്മയുടെ സൂര്യൻ പടിയിറങ്ങിത്തുടങ്ങി. അവരുടെ മനസ്സിൽ ബാക്കിനിന്നത് കുഞ്ഞുങ്ങളോടുള്ള സ്നേഹത്തിന്റെ ചന്ദ്രികത്തിളക്കം മാത്രമായിരുന്നു. വിറയ്ക്കുന്ന കൈകൾ കൂട്ടിപ്പിടിച്ചു കാലുകൾ നീട്ടിവച്ച് ആട്ടി അവർ പാട്ട് പാടിക്കൊണ്ടിരുന്നു, ''ആരോ, ആരാരിരോ ആരോ.''

''ഇപ്പളും വലിയേടത്തെ കുട്ട്യോളാണ് മനസ്സിൽ. ഇവരൊന്നും ഒരുകാലത്തും അടിമപ്പണി മതിയാക്കില്ല.'' മകൾ അതു കണ്ടു ദേഷ്യത്തോടെ അനിയനോട് പറഞ്ഞു.

''നിങ്ങൾക്കീ ആട്ടൽ ഒന്നു മതിയാക്കിക്കൂടെ? ഒരു ആറ്റമ്മ! നോക്കിവലുതാക്കിയ വളർത്തുപിള്ളേർ ഇട്ടേച്ചും പോയി. ഇപ്പൊ നോക്കാൻ, സുഖിക്കാൻ പോയപ്പോ ഓർക്കാത്ത സ്വന്തം പിള്ളേരേ ഉള്ളൂ.'' അയാൾ ദേഷ്യത്തോടെ അതു പറഞ്ഞു പുറത്തേക്കു കാർക്കിച്ചുതുപ്പി.

ഇതൊന്നും കേൾക്കാതെ ആറ്റമ്മ ഒരു കുട്ടിയെ ആട്ടി ഉറക്കിക്കിടത്തി അടുത്ത കുട്ടിയെ എടുത്ത് ആട്ടാൻ തുടങ്ങിയിരുന്നു.

''ആരോ... ആരാരോ... കുഞ്ഞ് ആരാരിരോ...''

■